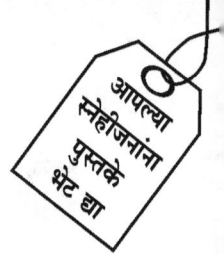

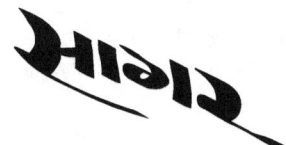

सागर

माधवी देसाई

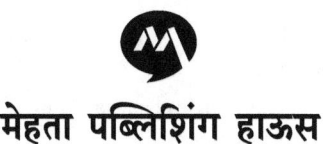

मेहता पब्लिशिंग हाऊस

SAGAR by MADHAVI DESAI

सागर : माधवी देसाई / कथासंग्रह

© सुरक्षित

मराठी पुस्तक प्रकाशनाचे हक्क, मेहता पब्लिशिंग हाऊस, पुणे.

प्रकाशक : सुनील अनिल मेहता, मेहता पब्लिशिंग हाऊस,
१९४१, सदाशिव पेठ, माडीवाले कॉलनी, पुणे - ४११०३०.

मुखपृष्ठ : चंद्रमोहन कुलकर्णी

प्रकाशनकाल : मार्च, १९९१ / जानेवारी, २००० / मे, २०१५ /
पुनर्मुद्रण : मार्च, २०१८

P Book ISBN 9788171619573

E Book ISBN 9788184987379

E Books available on : play.google.com/store/books
www.amazon.in

चैतन्याने बहरून उमलणाऱ्या
जाई व सायली
या माझ्या दोन नातींना
सागर!

माधवी देसाई

मनोगत

'सागर' हा माझा तिसरा कथासंग्रह आज वाचकांच्या हाती सोपवताना मनापासून समाधान होते आहे. गेली चार वर्षं जीवनाला चक्रीवादळानं घेरून टाकावं असं झालं आहे; पण परमेश्वर सतत पाठराखण करतो आहे, हे जाणवतं. त्यानं मला शब्दांची सोबत दिली. अवतीभोवती शब्दच शब्द असतात आणि माझ्या सुदैवानं, ते सारे शब्द परमेश्वरानं उच्चारावे असे सुंदर असतात. मनस्ताप देणारे, दु:ख देणारे शब्द ऐकून, थकून, श्रांत झालेल्या मनाला परमेश्वरानं सभोवती उभे केलेले शब्द खूप दिलासा देतात. त्या शब्दांना गुंफून या कथांचं लेखन झालं.

प्रत्येक कथेचा गाभा 'प्रेम' हा आहे. जीवनावर, सत्यावर, सौंदर्यावर आणि त्यापलीकडे भरून राहिलेल्या शांतीवर माझं विलक्षण प्रेम आहे, विश्वास आहे. शब्द, प्रेम, विश्वास यांच्या अनुभूतीमधून कथा साकार झाल्या. कृतज्ञता आहे ती परमेश्वराबद्दल. हे जगण्याचं, चांगलं जगण्याचं बळ फक्त त्यानं दिलं आहे.

मेहता पब्लिशिंग हाऊसनं दाखवलेल्या सहकार्याबद्दल आभार मानणं उचित.

— माधवी देसाई

पाच

अनुक्रमणिका

भैरवी

थकून जाऊन निशिकांतनी ब्रश खाली ठेवला. उंच स्टुलावरच्या रंगानं भरलेल्या कपड्याला बोटं पुसून ते कोपऱ्यामधल्या आरामखुर्चीत जाऊन बसले. आरामखुर्चीच्या मागच्या मऊ उशीवर मस्तक विसावून त्यांनी पाय लांब केले. दोन्ही हातांचा कोन उशीवर टेकवून ते समोर इझलवर लावलेल्या मोठ्या कॅनव्हासकडे बघत होते. साऱ्या कॅनव्हासवर निळे, काळे, जांभळे, बैंगणी, करड्या रंगांचे ब्रशनं मारलेले फटकारे दिसत होते. भडक रंगांच्या चित्रविचित्र आकारहीन रेषांनी संपूर्ण कॅनव्हास भरून गेला होता. त्या सर्वांमधून सरकत गेलेली एक लाल रंगाची रेषा कळत-नकळत जाणवत होती. कॅनव्हासच्या एका कोपऱ्यामधून निघालेली ती लाल रेषा वेडीवाकडी वळणं घेत इतर गडद रंगांत कुठे हरवूनच गेली होती. समोरचा तो गडद रंगानं भरून गेलेला कॅनव्हास आणि त्या सर्व वेड्यावाकड्या रंगाकृती ते स्वत:च अलिप्तपणे बघत होते.

निशिकांत विचार करीत होते स्वत:शीच. हे नेमकं काय चितारलंय आपण? नेमकं काय काढायचं होतं? हे इतके गडद रंग, जे कधीच आपल्याला मनातून आवडत नाहीत, थोडेदेखील... ते हे भडक रंग, इतके दाटीवाटीनं सारे एकत्र... एका कॅनव्हासवर कसे उतरवले आपण? थोड्या वेळापूर्वी... हो थोड्या वेळापूर्वीच तर हा इझलवरचा कॅनव्हास कसा स्वच्छ पांढरा होता! किती प्रसन्न वाटलं होतं त्या वेळी आणि बघता बघता हा कॅनव्हास कसा गडद, चित्रविचित्र रंगरेषांनी भरून गेला. अशा रेषा, की आपल्यालाही नेमका संदर्भ लागत नाही!

कशाचा मुळी ताळमेळच लागत नाही. ना कोऱ्या कॅनव्हासचा, ना रंग-रेषांचा. बघता बघता साऱ्या जीवनाचा मुळी ताळमेळच हरवला. प्रसन्न मनानं सुरावट जमवावी आणि बघता बघता सारी मैफल बेसूर व्हावी. ताल-सम मुळी सापडूच नये! अशा भरकटत्या मनातून उतरलेली ती समोरची रंगाकृती!

समोरच्या त्या भडक रंगाकडे बघवेना, तसे निशिकांत खुर्चीमधून उठले. बाजूच्या उघड्या खिडकीतून त्यांनी बाहेर नजर टाकली. उन्हं परतायला लागली होती. समोरच्या कुरणामधल्या पिवळसर गवताला त्या कलत्या उन्हांनी वेगळाच रंग दिला होता. झाडांच्या शेंड्यावरून घरंगळत उन्हं गवतावर उतरली होती. आभाळ पांढरंफेक झालं होतं. या अशा उन्हालासुद्धा एक रंग असतो. स्वत:चा रंग. त्या रंगानं न्हाऊन गेलेलं, दूरवर पसरलेलं ते समोरचं कुरण बघणं अनुयाला खूप आवडायचं. याच खिडकीपाशी उभी राहून ती तासन्तास या कुरणाकडे बघायची.

पुन्हा ती आठवण! गडद रंगानं माखलेल्या कॅनव्हासच्या कोपऱ्यामधून अवचित उमटलेली ती लाल रेषा! ती अनुयाची... आठवण... साऱ्या जीवनालाच अशा गडद, निळ्या, जांभळ्या, काळ्या रंगानं घेरून टाकलंय आजकाल... तशीच ही अनुयाची आठवण... की आठवण आहे म्हणून हा गडद रंग?

निशिकांत विचारात बुडून गेले होते. नजरेसमोरचं पिवळसर कुरण, पाठीमागच्या इझलवरचं वेड्यावाकड्या रेषांनी भरलेलं ते भलं मोठं चित्र आणि... त्यामधली ती दिसत दिसत नाहीशी झालेली लाल रेषा... साऱ्यांना निदान त्या क्षणी मुळी अस्तित्व उरलं नव्हतं! इथे, तिथे अणुरेणूत फक्त एक जीवघेणी आठवण! एक मागोवा, एक शोध!

अनुयाचं निशिकांतच्या जीवनात येणं जसं अचानक, तसंच जाणंही. हे येणं आणि जाणं... आणि यामधलं जीवन... त्या जीवनाचा अर्थच तर शोधतो आहोत आपण. संदर्भ लावतो आहोत, साऱ्या नात्यागोत्यांचा... ज्या प्रेमाच्या बळावर हे विश्व उभं आहे, ते प्रेम...

शेवटी ते प्रेम असतं तरी कसं? निशिकांतना दूर निघून गेलेल्या अनुयाचे शब्द आठवले,

"प्रेम? तू प्रेम कधीच करू शकणार नाहीस निशी, तू प्रेम समजूही शकणार नाहीस. तुझ्या दृष्टीनं प्रेम म्हणजे तुझा माझ्यावरचा अधिकार. माझ्याविषयीची अभिलाषा! गोंडस रूपामधली अभिलाषा आणि हो, अहंकारसुद्धा!"

"अहंकार?"

निशिकांतनी दचकून विचारलं होतं.

"हो, अहंकार. ही अनुया एक देखणं शिल्प! ते फक्त तुझ्यासाठीच आहे हा अभिमान."

हनुवटी उंचावून पाणीदार डोळे निशिकांतवर रोखून बोलणारी अनुया. तिचे शब्द या क्षणीही त्यांना स्पष्ट ऐकू येत होते,

'निशी, प्रेम या दोनच शब्दांना फार मोठा अर्थ आहे. तो समजून घ्यायला प्रेममय व्हावं लागतं. जशी मी झाले! तुला फिकट मंद रंग आवडतात. फिक्या पिवळ्या रंगात मिसळलेला अबोली रंग मग आणखीनच वेगळा होतो. असा वेगळा की पिवळा कोणता अन् अबोली कोणता तेही समजू नये. तुला रंग ओळखता येतात निशी, आणि रंग वापरताही येतात. पण दोन रंगांचं मिश्रण कसं अन् का होतं ते मात्र तुला नेमकं समजत नाही.'

अनुया सतत असंच बोलत राहायची. ती ज्या आवेगानं निशिकांतच्या जीवनात आली, त्याच वेगानं दूर झाली होती. इतकी दूर की, तिचा ठावठिकाणाच नाहीसा झाला होता. ती कधीही सोडून जाणार नाही, या विश्वासाला प्रचंड हादरा बसला होता.

तिच्या जाण्यानं दुःख झालं होतं की स्वाभिमानाला तडा गेला होता? विचार करून करून ते थकून गेले. समोरचं रान काळोखात मिसळत चाललं होतं. निशिकांतनी खिडकी बंद केली. कोपऱ्यामधला उंच स्टँडलँप लावला आणि ते खुर्चीत विसावले. अनुया असताना ही कातरवेळ अशी जीव कातरत नसे. रंग, ब्रश, कॅनव्हास आणि समोर तासन्तास पोझ घेऊन उभी असणारी अनुया...

तिला कागदावर उतरवणं याची एक झिंग पसरलेली असे. एक आव्हान. मोत्यांच्या रसायनामधून न्हाऊन बाहेर यावी आणि तो रंग साऱ्या अंगप्रत्यंगामधून ओघळत असावा, तसा अनुयाचा रंग... नेमका तो रंग कागदावर कसा उतरवायचा? उंच, गौर मान, त्यावरचा नाजूक, पारदर्शी चेहरा, त्या चेहऱ्यावरचे क्षणाक्षणाला झरझरा बदलणारे भाव अचूक कसे रेखाटायचे? जिवणीची पातळ रेषा, केसांची महिरप, आषाढघनासारखे काळेभोर केस या साऱ्यांना त्या इवल्याशा ब्रशमध्ये कसं पकडायचं?

या अन् अशा आव्हानात्मक क्षणांतच दिवस आणि त्यानंतर रात्रही सरे. पुन्हा येणारी पहाट प्राजक्ताचे निःश्वास टाकत समोर उभी असे. एक नवे आव्हान घेऊन.

निशिकांतच्या चित्रांचे प्रदर्शन पाहायला आलेली अनुया बघून त्यांना प्रथम आश्चर्याचा धक्का बसला होता. इतकं अनुपम लावण्य की एक लावण्यरेखा? नाजूक, नितळ, पारदर्शी?

अशी अनुया बघून निशिकांतची नजर तिच्यावरून हलत नव्हती. पण अनुया मात्र हॉलमधल्या प्रत्येक चित्राकडे मन लावून बघत होती, निरखत होती. तिच्या बघण्यात आश्चर्य होतं, कुतूहल होतं, कौतुक होतं.

"काय पाहता आहात एवढं?" निशिकांतनं विचारलं होतं. थोडंसं गर्वानंसुद्धा.

त्या लावण्यवतीच्या तोंडून प्रशंसा ऐकणं हा भाग्याचा क्षण तिच्या उत्तरानं विरघळून गेला.

"मी? मी चित्र पाहत नाही. चित्र काढणारा चित्रकार, जो प्रत्येक चित्रातून व्यक्त होतो - अमूर्तपणानं - तो चित्रकार मी शोधत असते. प्रत्येक चित्रामधून."

तिच्या उत्तरानं चमकलेले निशिकांत उत्तरले, "मग सापडला?"

"थोडा, थोडा."

डोळ्यांमधली खट्याळ कबुतरं पंख फडफडवत म्हणाली, एकमेकांना पाहून निर्माण झालेलं कुतूहल, आश्चर्य, गूढ भीती, आकर्षण, अनुनय, साऱ्या पायऱ्या ओलांडून ती दोघं प्रेम या पायरीवर उभी राहिली. कधी ते समजलंच नाही. तिचं सौंदर्य मनमुक्त रंगछटांतून बंदिस्त करणं आणि ते करण्याचं आव्हान देऊन त्याच्यासमोर उभं राहणं, याचा कैफ...

निशिकांत उठले. भिंतीच्या कडेनं पातळ कपड्यांनी आच्छादून अनुयाची अनेक मोठी चित्रं ओळीत उभी होती. एक एक चित्र पाहत, निशिकांत पुढं जात होते. अनुयाच्या शरीराची रेघन्‌रेघ त्या कागदावर उमटली होती. पण मन? मन त्या चित्रावरच्या पातळ अवगुंठनातच लपून होतं का? मन समजणं इतकं अवघड असतं?

अनुयाच्या साऱ्या चित्रांना भिरीभिरी नजरेनं निशिकांत बघत होते. ही अनुया म्हणजे नेमकं काय?

ही अनुया म्हणजे प्रेम नव्हेच. खरंच प्रेम नसावंच ते. अनुया म्हणाली ते खरंच असावं.

अनुया निघून गेली, तरी या विजयस्मारकांनाच मी बघत उभा आहे, अपमानित आहे म्हणून? ती निघून गेली विश्वास हरवला म्हणून! हो, असंच म्हणाली होती ती.

"इतकं प्रेम दिलं, घेतलंस आणि निघून चाललीस?" निशिकांतनी विचारलं होतं.

"निघून गेले तरी प्रेम कुठे जाणारच नाही. प्रेम तर अणुरेणूमधून मनात खोल रुतलेली अवस्था."

"पण मग दूर होण्याची भाषा का?" कळवळून निशिकांतनी विचारलं होतं.

"तुला प्रेम म्हणजे काय हे समजावं म्हणून! दूर गेल्यानं समजेल. अंहं वेळ आली म्हणजे समजेल."

"पण समजायलाच हवं आहे का?"

"वेड्या, प्रेमाचा अर्थ जर समजलाच नाही तर जगण्याला अर्थ नाही, आणि अर्थहीन जीवन निदान कलावंतानं जगू नये." आणि अनुया निघून गेली. त्या

दिवसापासून सारे कोवळे रंग मुळी हरवूनच गेले. फिका पिवळा, मंद निळा, उमलता गुलाबी, अबोलीमधला बदामी, हिरव्या पानाआडची पारवी मेंदी.

हे रंग ब्रशमधून निसटून गेले होते आणि प्रत्येक वेळी समोरचा कॅनव्हास असा काळ्या, जांभळ्या, करड्या, निळ्या अशा भगभगीत रंगानं माखून निघायला लागला होता.

जाऊ दे, प्रेम समजून घ्यायची गरजच काय? त्याखेरीजही मी जगू शकेन. नव्हे, समजून, उमजून जीवन जगणारे किती जण असतील? साऱ्यांचाच आंधळा प्रवास सुरू आहे. 'पण कलाकारानं अर्थहीन जगू नये.' असं अनुया म्हणाली होती.

पुन्हा अनुया! अनुया गेली, तरी माझे रंग मी शोधेनच. माझे रंग माझ्या मनात आहेत. बोटांत आहेत. कल्पनेत आहेत. कुणा अनुयात माझे रंग गुंतणारे नाहीत.

निशिकांत अस्वस्थ झाले. समोरचा भडक, वेड्यावाकड्या रेषांचा कॅनव्हास त्यांना स्वस्थता लाभू देत नव्हता. किती वेळ गेला होता कोण जाणे. सारी खोली नि:स्तब्ध शांततेनं भरून गेली होती. जराशानं दरवाजा उघडल्याचा आवाज आला.

"कोण?"

"मी राधी."

एक एक खोलीमधला दिवा पेटवत राधी आत येत होती. हातामध्ये झाकून आणलेला जेवणाचा थाळा तिनं छोट्या टीपॉयवर ठेवला. निशिकांतजवळ जाऊन ती म्हणाली, "हे काय? अंधारातच बसायचं? मी आले नसते तर तसेच बसून राहिला असतात ना? चला हातपाय धुऊन, कपडे बदलून या. जेवण गार होतंय."

निशिकांतनी मान वर करून पाहिलं. फिकट निळ्या साडीमधली राधी समोर उभी होती.

"तू काय मला लहान मूल समजतेस?"

राधी हसली. "भूक लागलीय हे समजतच नाही ते लहान मूलच नव्हे?"

राधीच्या येण्यानं खोलीत जिवंतपणा आला. हातपाय धुऊन, स्वच्छ कपडे घालून निशिकांत आले. तोवर राधीनं, अनुयाच्या साऱ्या चित्रांना कपड्यानं झाकलं होतं. इझलवरच्या कॅनव्हासवरसुद्धा पातळ कपडा टाकला होता. बैठ्या स्टुलावरच्या थाळ्यांवर पालथं झाकलेलं ताट बाजूला काढून ती म्हणाली, "हे सारं संपायला हवं. दुपारी जेवला नसाल ना?"

काहीच उत्तर न देता निशिकांतनी जेवायला सुरुवात केली. चार-पाच घास पोटात गेल्यावर त्यांना बरं वाटलं. जेवण गरम, चवदार आणि आवडीचं होतं. आईच्या हाताची सारी चव राधीच्या हातात उतरली होती.

राधी निशिकांतच्या बंगल्याच्या आवारातल्या खोल्यांत राहणाऱ्या जनाईची मुलगी. जनाई गेली तरी पोरकी राधी तिथेच राहायची. जनाईसारखीच बंगल्याची,

बागेची, निशिकांतची काळजी घ्यायची. त्या दोन खोल्यांत जनाई राहायला आली, तेव्हा राधी परकरी पोर होती. आईबरोबर झाडलोट करता करता राधी तासन्तास रंगात हरवून जाणाऱ्या निशिकांतना, त्यांच्या चित्रांना बघत असायची.

कोऱ्या कागदावर बघता बघता चित्र उमटवणारे निशिकांत म्हणजे तिला एक कोडं होतं. 'समोर दिसणारं झाड या कागदावर कशासाठी काढायचं? उगीचच?' या प्रश्नाचं उत्तर तिला सापडत नव्हतं. विचारणार कसं? त्यांचा दराराच तसा होता. आई त्यांना साहेब म्हणायची, म्हणून तीही साहेब म्हणू लागली. साहेबांच्या धाकानं ती शाळेत जायला लागली. बघता बघता कॉलेजचं शिक्षण पूर्ण करून ती एका शाळेत नोकरीलाही लागली होती. अचानक जनाई गेली. राधी त्या बंगल्याच्या, घराच्या सोबतीनं राहायला लागली.

राधी जमिनीवर बसून, मन लावून जेवणाऱ्या निशिकांतना डोळे भरून बघत होती. तिचं मन भरून आलं ...पुरुष-माणसाला भुकेल्या वेळी अन्न पाहिजे. मायेनं जपणारं कुणीतरी पाहिजे. बाईसाहेब होत्याच की बंगल्यात. पण चित्र काढून काय पोट भरतं? बरं झालं गेल्या! पण त्या गेल्या आणि साहेब दु:खी झाले. आधीसारखी छान छान चित्रं काढत नाहीत तर नुसते काळे, जांभळे फराटे. असं व्हायला नको आहे. साहेबांनी पुन्हा छान छान चित्रं काढावीत.

तन्मयतेनं राधी त्यांना बघत होती. विचार करीत होती. मधेच निशिकांतनी मान वर करून बघितलं. राधीचे टप्पोरे बदामी डोळे बघून, त्यांचे तेच दचकले. तिच्या डोळ्यांतली आर्तता प्रथमच जाणवली.

ही राधी इतकी मोठी कधी झाली? स्वत:च्या विचारांचा गोंधळ लपवत ते म्हणाले, ''जेवण छान झालंय राधी, अगदी जनाईसारखं.''

''पण साहेब, मी जनाई नाही. राधी आहे मी. आईचं जेवण वेगळ्या रुचीचं आणि माझं तिच्यासारखं असणारच नाही.''

''कारण?''

''कारण तुमचं जेवण बनवताना आई असायची. आईची माया त्यांत उतरायची.''

''आणि तू?''

पुन्हा दोन भावुक डोळे पापणीआड लपले. खाली मान घालून ती म्हणाली, ''मी? जाऊ दे साहेब, तुम्हाला समजायचंच नाही ते.''

रिकामा थाळा आत घेऊन गेलेल्या पाठमोऱ्या राधीकडे ते आश्चर्यानं बघत होते. आरामखुर्चीवर बसून विचार करीत होते. ही राधी! जी या घराच्या कुंपणाजवळ लहानाची मोठी झाली ती... आज असं निसटतं का बोलली? जनाईची पोर म्हणून आपण लक्षच दिलं नाही कधी. पण ती मात्र आपल्याला बघतच लहानाची मोठी झाली. जनाई गेली त्या वेळी आपल्या कुशीत शिरून हंबरडा फोडून रडणारी

राधी... जनाई गेली तरी त्या दोन खोल्यांतच राहणारी आणि जनाई गेली तरी निगुतीनं घरदार जपणारी राधी.

ही राधी, आपल्या जीवनाला स्थैर्य देण्यासाठी धडपडणारी... एक दुवा. ती आहे म्हणून हे घर आहे. दोन वेळेचं जेवण पोटात वेळेवर जात आहे. आपण आपल्या दु:खात चूर आहोत. ही राधी आज म्हणाली, 'जाऊ दे. तुम्हाला समजायचं नाही.' अनुयाही असंच म्हणाली होती. आपल्याला काहीच कसं समजलं नाही?

निशिकांत त्या भल्या मोठ्या खोलीत येरझारा घालत होते. साऱ्या भिंतींवर त्यांची वेगवेगळी छायाचित्रं लटकत होती. प्रदर्शनाच्या वेळेची पारितोषिकं स्वीकारताना, परदेशी कलावंतांसमवेत काढलेली अशी अनेक छायाचित्रं. निशिकांतचं मोठेपण सांगणारी.

निशिकांत आतल्या खोलीत गेले. राधी त्यांचा बिछाना घालत होती. पांढरीशुभ्र चादर, पायाशी उबदार दुलई, स्वच्छ कव्हरमध्ये विसावलेल्या दोन उश्या, गरम दुधाचा पेला त्यांच्या हातात देत ती म्हणाली,

"घ्या."

"अगं, आत्ताच तर जेवलोय ना?"

"दूध घ्या, झोप पाहा शांत लागेल. मग उद्या ते कागद असे वाया जाणार नाहीत." खट्याळ हसत राधी म्हणाली.

"राधी, बसतेस थोडा वेळ?"

"रोजच वाटतं बसावं तुमच्याजवळ, तुम्हाला झोप लागेपर्यंत."

"मग?"

"तुम्ही कधी बैस म्हणालाच नाहीत." जमिनीवर बसत राधी म्हणाली. कॉटवर आडवे होऊन निशिकांत विसावले. त्यांच्या अंगावर दुलई पांघरत राधी म्हणाली, "झोप आली की सांगा. मी जाईन."

"जनाई अशीच बसायची."

"पण मी जनाई नाही. मी राधी." तिनं आग्रहानं म्हटलं. "सांगू साहेब? आज सांगतेच. आता फार थोडा वेळ आहे."

"म्हणजे?"

"तेही सांगायचंच आहे. लहान वयात दिसणारं विश्व खूप लहान असतं. माझं जग तर हा बंगला ते आमची खोली यामधलंच. त्या लहानग्या नजरेतला हा बंगला फार फार मोठा होता. त्यापेक्षा मोठे होता तुम्ही. तुमचं ते सदा चित्र काढणं, रंगात रंग मिसळणं, ब्रशच्या टोकावर अलगद रंग घेऊन नाजूकपणे कागदावर उमटवणं... ते सारं मला अपूर्वाईचं वाटायचं. लहानपणीच माझ्या नजरेत ते सारे रंग साठत गेले आणि आता या वयात लक्षात आलं की, आता

दुसरा... दुसरा रंगच भावत नाही मनाला.''

''राधी!''

त्या हाकेनं जमिनीवर झुकलेले राधीचे डोळे श्रावणसरीगत टपटपायला लागले.

''तुमचं माझ्याकडे कसं लक्ष जाणार? मी राधी, जनाईची पोर. मी मात्र तुमचं लक्ष जावं म्हणून धडपडत होते. माझं वय होतं पंधरा-सोळा वर्षांचं. आईला आग्रह करून तुम्ही माझं नाव कॉलेजात घालायला लावलंत. कॉलेजात जाणार म्हणून आईनं मला साडी आणली. गुलाबाच्या रंगाची. आई म्हणाली, 'जाताना साहेबांना नमस्कार करून जा.' प्रथमच साडी नेसले होते ना? तुमच्यासमोर उभं कसं राहायचं? चोरपावलांनी मी तुमच्या दरवाजापर्यंत पोचले. तुम्ही चित्रांत बुडून गेला होतात. त्या चित्रावर सारी गुलाबी छटाच होती. मी माघारी वळले.

'कोण?' तुम्ही मान न वळवता विचारलं.

'मी राधी.' इतकेच दोन शब्द बोलताना मला अवघडलं होतं. मी उत्तर दिलं नाही. तसेच वळून तुम्ही पाहिलंत आणि आश्चर्यानं म्हणालात, 'ओ राधी? अरे, चक्क साडीत? थांब, थांब, बघू ही गुलाबी छटा, आत ये अशी!'

तुम्ही हाताला धरून आत आणलंत. कागदावरचे गुलाबी रंग आणि माझ्या साडीचा रंग इतकंच बघत होतात. माझ्याकडे जरा पाहिलं असतंत ना तर एक वेगळी गुलाबी रंगछटा सहज गवसली असती.''

''राधी, राधी थोडी थांब.'' निशिकांत म्हणाले. पण ती बोलतच होती.

''तुम्ही, तुम्ही घडवलंत मला. 'आमच्या राधीला सुती साड्या? ओ नो!' असं म्हणून आणि साड्यांचा ढिगाराच मुळी आईसमोर आणून टाकलात. सारे फिके रंग. तुमची आवड. मी कौतुकानं सारे रंग बघत असायची. बघता बघता त्या रंगांचं इंद्रधनुष्य माझ्या मनात उभं झालं. मलाही न पेलणारं. कॉलेजमध्ये काव्य शिकत होते. घरात काव्य जगत होते. तुमचं लक्षच नव्हतं. कसं असणार?

बाईसाहेब घरी आल्या होत्या. अप्सरेसारख्या सुंदर. तुम्हा दोघांना मी बघत असायची. चांदण्यात, काळोखात, बागेत, घरात— चित्र काढताना मी बघत होते —तुम्हा दोघांना.

पण खरं सांगू साहेब? ते प्रेम नव्हतं. असलं तरी खरं नव्हतं. तात्पुरता कैफ होता. प्रेम असं अधिकार नाही गाजवत आणि अहंकारही नसतो त्यामध्ये. साहेब, मी खूप लहान आहे. पण बाईसाहेब म्हणजे एक आव्हान होतं, तुमच्या कलेला, तुम्हालाही. पण आव्हान, प्रेरणा म्हणजे प्रेम नव्हेच ना? ते एकदा जिंकलं की संपून जातं आणि तसंच झालं. बाईसाहेब गेल्याच निघून शेवटी. तुम्हा दोघांचं प्रेम, तुमची भांडणं... आणि दुरावा प्रेम.

सारं बघून मी फुटत होते मनातून. पण मी कुणाला सांगणार? तरी मी न सांगता आईनं माझं मन ओळखलं. तिच्या कुशीत ऊर फुटेपर्यंत रडून मोकळं केलं मन.

'पोरी, कुठे ते आणि कुठे आपण? तुझं वय केवढं? ते केवढे?' सारं समजत होतं मला. पण यावर उपाय नव्हताच. भक्तीमधून निर्माण झालेलं प्रेम, भैरवीतच विलीन होणार हे मला समजत होतं. प्रेमाला जात नसते, वय नसतं, आग्रह नसतो, असलाच तर फक्त विश्वास. साहेब, माझं प्रेम भक्तीमधून सुरू झालं, विश्वासानं वाढू लागलं... आणि आज त्याचं रूपांतर फक्त ममतेत आहे. कारुण्यात झालं आहे. वात्सल्य. तरी मी जनाई नव्हे, मी अनुया पण नव्हे. मी आहे राधी. फक्त राधी.''

निशिकांत उठून बसले. त्यांच्या पायांजवळ बसून अनावर भावनेतून बोलणाऱ्या, रडणाऱ्या राधीला त्यांनी उठवून शेजारी बसवलं. तिच्याकडे बघत ते म्हणाले, ''राधी? तू? मला कधीच जाणवलं नाही? कधी समजू दिलं नाहीस? फार फार एकटा झालोय मी राधी!''

लहान मुलासारखं त्यांचं मस्तक तिच्या मांडीवर विसावलं होतं. त्यावरून नाजूक हात फिरवत राधी बोलत होती. म्हणाली, ''साहेब, आईनं मनाशी काही ठरवलं होतं. मला या आवर्तातून बाहेर काढणं... यासाठी एकच उपाय होता तिच्याजवळ... माझं लग्न...''

''लग्न?'' निशिकांतनी दचकून विचारलं.

''होय साहेब, आईनं तिच्या भावाच्या मुलाशी ठरवलेलं माझं लग्न आज आठ दिवसांनी व्हायचं आहे. आईला दुखवणं मला शक्य नव्हतं. तुम्ही बाईसाहेबांच्या प्रेमात बुडून गेला होतात आणि नसतात तरी कसं शक्य होतं? या राधीला आज समजून घेऊ शकता आहात तुम्ही, कारण प्रेमाची तीव्रता तुम्ही अनुभवलीय. प्रेमाचा शोध तुम्ही घेत आहात... आणि ही राधी तुमच्यासमोर या क्षणी उभी आहे म्हणून समजू शकलात. पण त्या वेळी? त्या वेळी जयंतच्या मागणीला होकार देणं इतकंच मी करू शकत होते.''

''राधी, सुखी होशील?''

''ठाऊक नाही.''

उदास हसत ती म्हणाली, ''साहेब, आईनं नावही राधी ठेवावं? वृंदावनातल्या त्या राधेनं, संसार अनयाशी केला आणि मनानं होती कृष्णमयी. मलाही ते जमायला हवं.''

''राधी... राधी.''

निशिकांतना रडू आवरत नव्हतं.

"तू जाऊ नकोस राधी, मी एकटा जगणार कसा?"

"तुम्ही एकटे? एकटे कसे? कलावंत जन्माला येतो, तेव्हाच एक दैवी अंश परमेश्वरानं त्याला दिलेला असतो. त्याची कला. ती चिरंतन सोबत लाभलेला कलावंत कधी एकटा नसतो, तर भाग्यवान असतो. कारण त्याची सोबत करणारी कला, त्याला सोबत देणारच असते. साहेब, गायकानं गळा जपावा, लेखकानं लेखणी आणि चित्रकारानं त्याचा कुंचला, त्यामधले रंग जपावेत खरं ना? कुणा मानवी शरीरासाठी विसकटून टाकावी, इतकी आपली कला सवंग नाहीच ना? ती मिळवण्यासाठी केवढी साधना केलीत जीवनभर?" आपलं रडू आवरत राधी म्हणाली, "एकच मागते साहेब, तुमच्या बोटांमधले ते कोवळे रंग कधी हरवू नका. आणखीन दोन दिवसांनी मी जाईन. आईला वचन दिलंय ना! ते निभवायला नको?"

"राधी, तू जाऊ नकोस. तू जशी आजवर राहिलीस तशीच राहा. मी जपेन. तुला, तुझ्या विश्वासाला."

"नाही साहेब, आता इथे राहणं अवघड आहे. आणि दूर गेले तरी जाणार कुठे? मी तर इथेच असेन. तुमच्या चित्रांत पसरलेली आणि आता नक्कीच ओळखाल तुम्ही मला, खरं ना?"

"राधी, कुठे शिकलीस हे सारं?"

राधी हसली. "ही राधी अशी कुणी घडवली, विचार करा बरं. हे सारं तर तुम्हीच शिकवलंत मला. तुमच्याजवळच तर लहानाची मोठी झाले ना?"

बोलता बोलता पहाट प्राजक्ताचे निःश्वास टाकत रातराणीचा हात धरून समोर उभी ठाकली होती. राधी जाणार म्हणून जुई, सायली मौनावल्या होत्या. राधीनं निशिकांतना आधार देऊन बाहेरच्या खोलीत आणलं. चारी कोपऱ्यांमधले स्टँडलँप पेटवले. इझलवरचा पातळ कपडा काढला. तो गडद रंगाचा कॅनव्हास काढून बाजूला ठेवला. पांढराशुभ्र कॅनव्हास इझलवर चढवला. निशिकांतांच्या डोळ्यांमधले अश्रू जमिनीवर सांडत होते. हसून राधीनं विचारलं, "अश्रूंत अश्रू मिसळले की कोणता रंग होतो साहेब? तो रंग या पॅलेटवरच्या गडद रंगात मिसळून, एक नवीन रंग तयार होईल. यानंतरची तुमची सारी चित्रं त्या हळव्या, कोवळ्या रंगानं चिताराल आणि त्या चित्राचं नाव असेल - राधी."

"अंहं, भैरवी!"

◆

जटा

आपल्या खुराडेवजा झोपडीच्या दारात मायाक्का बसली होती. आज जरा उशीरच झाला होता. रोज या वेळेपर्यंत तिची अंघोळ, पूजा आटोपत असे आणि डोकीवर जग घेऊन तिनं एक-दोन गल्ल्या पार केलेल्या असत. जोगवा मागून घरी येईपर्यंत सूर्य डोकीवर येत असे. आज मात्र खूपच वेळ झाला होता. अलीकडे तिला ऊनही सोसत नसे. गेल्याच महिन्यात बाजारपेठेत तिला चक्कर आली होती, तेव्हापासून तिनं उन्हाची धास्तीच घेतली होती. केसांच्या जटा रिप्प झाल्या होत्या. तरी पण भांगात बाजूनं जरा फणी फिरवली की बरं वाटायचं. लहान होती तेव्हापासून तिच्या जटा गुंतत होत्या. कधी म्हणून तेल-पाणी करता आलं नव्हतं. आता ती म्हातारी झाली होती आणि त्या जटांचा तर गठ्ठाच बनला होता. रात्री झोपताना त्यांना कष्टानं बाजूला सारून अवघडून झोपावं लागे. पण त्याची आता तिला सवय झाली होती.

मायाक्का लगबगीनं उठली. आतल्या सोप्यात जग ठेवला होता. त्यात चकचकीत दिसणारे यल्लूबाईचे हळदी-कुंकवानं माखलेले कळस होते. समोरच लहानशी फ्रेम होती. त्यात यल्लूबाईचा फोटो भरून घेतला होता. हिंगाच्या रिकाम्या डब्यांतून हळदी-कुंकू ठेवलं होतं. तांदळाचे चार दाणे होते.

मायाक्का आतल्या खोलीत गेली. माजघरात तट्ट्याचा आडोसा करून चूल मांडली होती. चुलीसमोर लाकडी फळकुटेवजा पाटावर मायाक्काची लेक रेणुका बसली होती. चुलीतल्या जाळाचा उजेड तिच्या चेहऱ्यावर पसरला होता. त्या

तांबड्या जाळात तिचा गोरापान चेहरा उठून दिसत होता. हळदीच्या रंगाचं लुगडं ती नेसली होती. हातात जांभळी गर्द काकणं तिनं भरली होती. चुलीतल्या जाळाकडे ती एकटक बघत होती. अलिमिनच्या डेचक्यातलं दूध उकळी फुटून वर आलं तशी ती भानावर आली. मागं वळून तिनं कपबशी घेतली. वळताना तिच्या डोकीवरचा पदर खाली पडला आणि केसांच्या जटा दारातून आत आलेल्या मायाक्काच्या नजरेला पडल्या. आत येत ती म्हणाली,

"रेणेऽ च्या देतीयास न्हवं? आज मायंदाळ येळ झाला. उन व्हणार परताय..."

रेणुकानं पाट सरकवला. त्यावर फतकल घालून बसणाऱ्या आईसमोर तिनं चहाचा कप आणि कागदातून बांधून आणलेला पाव ठेवला. मायाक्का पाव बुडवून चहा भुरकून पिऊ लागली.

"आता जाईल गळा सुकेपावेतो वरडत वरडत." रेणुका अजूनही चुलीकडेच बघत होती. चुलीतल्या चढत्या जाळाप्रमाणं तिचा रागही चढत होता. खदखदत होता, पण आतल्या आतच! आईसमोर काही बोलण्याचं तिला धाडसच नव्हतं. खरंतर आईला केवढं विचारायचं होतं. बरंच काही सांगायचंही होतं. पण आईच्या नजरेचा धसका तिनं घेतला होता.

चहा पिऊन मायाक्का उठली. लगबगीनं तिनं भंडाऱ्याची पिशवी कनवटीला खोचली आणि जग उचलता उचलता ती म्हणाली, "रेणे, दारात कोंबड्या हाईत. ध्यान ठेव तेंच्यावर. आनी ह्ये बघ, ते रिकामी खोपडीचं येतील. कायबाय सांगतील. घरात घेऊ नगस. जटा कापा म्हनं जटा! आनी काय करा?"

बडबडत मायाक्का बाहेर पडली. 'उधो ऽऽ उधो ऽ'ची ललकारी दूर जात जात नाहीशी झाली.

रेणुकेनं भांडी गोळा केली आणि मागच्या दारी जाऊन तिनं भांडी घासायला सुरुवात केली. शेजारी कोंबड्या कॉक् कॉक् करीत घोटाळत होत्या. सकाळ चढत होती. रेणुकाला एकूण सगळ्याचाच उबग आला होता. ते जगावेगळं घर, आई, तो डोईवर वाढणारा जटांचा भार आणि हे जगणं. तिचं अंग शहारलं.

"आक्का, ए आक्का! फुलं दे की गं वेणीत घालायला." शेजारची मंजू पाटी-दप्तर घेऊन शाळेत निघाली होती. तिच्याकडे हसून बघत रेणुकानं पाण्यात हात खळखळले, झेंडूची चार फुलं काढून तिनं मंजूच्या वेणीत माळली. गुडघ्यावर बसून फुलं माळणाऱ्या रेणुकाच्या डोकीतल्या जटांकडे मंजू कुतूहलानं बघत होती.

"रेणूआक्का, तू का गं फुलं नाही घालत?"

"फुलं आणि कुठं घालू बाई? या जटा बघ कशा रिप्प व्हायला लागल्यात!" रेणुका म्हणाली.

"तुला दुखत नाही का गं?" मंजूनं सहानुभूतीनं विचारलं.

"दुखतंय बाई, लई दुखतंय, पन जटा न्हवं काळजात दुखतंय ते कसं तुला उघडून दाखवू?'' रेणुकाचे डोळे डबडबले होते.

"अगं, मग कापून टाक की त्या जटा, तुला हलकं वाटेल.'' तिच्या जटांवरून मायेनं हात फिरवीत मंजू म्हणाली.

"मंजूबाई, ल्हान हाईस तू. आई म्हणती जटा काढल्या तर यल्लूबाईचा कोप हुतोय.''

"हूं! कोप म्हणे कोप! आमच्या बाई सांगतात देव कधी रागवत नसतो. तुझी यल्लूबाई तर काय, ना हात ना पाय. तुझी आई उचलणार तेव्हा हलणार. ती तुला काय करणार?''

मंजू आणखी बोलत राहिली असती, पण मैत्रिणी हाका मारीत होत्या तशी ती पळाली. किलबिलत जाणाऱ्या त्या चिमण्यांकडे रेणुका डोळे भरून बघत होती.

तीपण अशीच शाळेत जायची. केवढी हौस होती शिकायची? त्या वेळी अशा डोकीवर जटा नव्हत्या, छान दोन मोकळ्या वेण्या असत. गोरीभुरी रेणुका सर्वांची आवडती होती. बेरीज, तोंडी हिशेब, पाढे सारं कसं चटकन समजत असे. गुरुजींना भारी कौतुक होतं. एकदा प्रभातफेरी काढली होती तर झेंड्याची काठी तिच्याच हाती दिली होती. तिच्या मोकळ्या केसांवर शेवंतीच्या माळा माळल्या होत्या. सर्व गावातून प्रभातफेरी फिरली होती. सर्वांची नजर रेणुकावरून कौतुकानं फिरत होती.

पण तोच शेवटचा दिवस होता, मोकळ्या केसांत फुलं माळण्याचा, मोकळं फिरण्याचा. रेणुकाला आजपण आठवलं, शाळेत दिलेला खाऊचा पुडा सावरत ती घरी आली तर तिची आई जोरजोरात घुमत होती. बकुळा, फुलवंती, नानूमामा सारे घरात जमले होते. शेवटी रेणुकाच्या आईनं घाबरलेल्या रेणुकाला खस्दिशी पुढं ओढलं होतं आणि यल्लूबाईच्या जगासमोर तिचं डोकं टेकवलं होतं. रेणुकाला यल्लूबाईच्या ओटीत घालूनच ती शांत झाली होती. सर्वांचं समाधान झालं होतं. त्या दिवशी संध्याकाळीच फुलूमावशीनं हिरवी चिरडी आणून रेणुकाला नेसवली होती. कपाळभर मळवट भरला होता. लिंबाचा पाला रेणुकाच्या अंगावर चढवला होता आणि रात्रभर सारे जोगते, जोगतिणी जमून गात होत्या. 'उधे गं आई उधे ऽ ऽ'चा घोष करीत होत्या. कोनाड्यातली तेल-फणी फेकून दिली होती. छोटी रेणुका काहीच न समजल्यानं गोंधळून गेली होती.

त्यानंतर ती शाळेत गेली की, मुलं तिला चिडवत. त्या चिडवण्याची तिनं धास्तीच घेतली होती. आपसूकच शाळा बंद झाली होती आणि त्या खुराड्यात रेणुका वाढत होती. मनानं खुरटत होती. शरीर उफाळत होतं. डोईवरच्या जटा दाट होत चालल्या होत्या. जगणं मात्र आकसून गेलं होतं.

रेणुका घरात आली. चुलीजवळचा पसारा आवरता आवरता तिचं मन सैरभैर

झालं होतं. अजून तरी तिला डोईवर जग घेऊन जोगवा मागायची पाळी आली नव्हती. घरी बसूनच देवीचे कलश घासणं, जग स्वच्छ करणं, पूजा करणं, घरकाम करणं ही कामं ती करीत होती. पण आता आई थकत चालली होती. चालणं कठीण होत होतं. आज ना उद्या जग डोकीवर येणारच होता. आई ऐकणार नव्हती. रेणुका त्याच वेळेची धास्ती बाळगत होती. जग डोकीवर घेऊन गल्लीगल्लीतनं जाणं लाजिरवाणं वाटत होतं; पण त्यातून सुटका कशी होणार?

रेणुकाला मागच्या महिन्यात शाळेच्या मैदानात भरलेली मोठी सभा आठवली. जटा निर्मूलन हा शब्द तिनं त्या सभेत प्रथम ऐकला होता. जटा वाढवणं, पोरींना देवीच्या पायावर वाहणं या सगळ्या गोष्टी बंद झाल्या पाहिजेत असंच त्या सभेत प्रत्येकानं सांगितलं होतं. सोलापूर भागातल्या देवदासी सभेला आल्या होत्या. मोठ्यामोठ्यानं भाषण देत होत्या. आईनं नको म्हटलं तरी रेणुकाही त्या सभेला गेली होती. तिला पहिल्या खुर्चीवर नेऊन बसवलं होतं त्यानं! काय बरं त्याचं नाव? देवेंद्र! तिला आठवलं तशी ती मनातल्या मनात लाजून गेली. उंचापुरा, गोऱ्या रंगाचा देवेंद्र गोंधळलेल्या अवस्थेत प्रवेशद्वारात तिला बघून तिच्याकडे आला होता. तिचा हात धरून तिला खुर्चीवर नेऊन बसवलं होतं. तिच्या शेजारी बसून तिची चौकशी केली होती. नाव विचारलं होतं. सभेत आवेशानं तो बोलला होता. त्याचा भरदार आवाज अजूनही तिला आठवत होता.

रेणुकानं भोगोठ्यातलं गरम पाणी पत्र्याच्या बादलीत ओतून घेतलं आणि कर्दळीच्या आडोशाला बसून ती अंघोळ आटोपू लागली. अंगावरच्या ओल्या लुगड्यानंच तिनं अंग टिपलं. दरवाजावर टाकलेलं कोरडं लुगडं घेऊन ती ते नेसली. केसांतून पाणी ठिबकत होतं. टोकाला झालेल्या जटांमध्ये मुरत होतं. फणेरी पेटी घेऊन तिनं आरसा उभा केला. त्यात तोंड बघून गोंदणावर लालभडक कुंकू टेकवलं. गुलबक्षी रंगाच्या लुगड्याचा हिरवा काठ तिच्या गोल चेहऱ्याला शोभून दिसत होता. आपलं रुपडं आरशात निरखत असताना तिला पुढच्या दाराची कडी वाजत असल्याचं जाणवलं. 'आई लवकर आली वाटतं' या विचारानं धास्तावून ती दाराकडे गेली. अजून भाताला आधण ठेवलं नव्हतं. तिनं कडी काढली आणि त्याला दारात बघून ती पार गडबडून गेली. सैलसर पायजमा, वर खादीचा कुडता, पायांत वहाणा, खांद्याला शबनम पिशवी.

"आत येऊ का? ओळख आहे ना?"

किंचित मान तिरपी करून तो विचारत होता. डोळ्यांनी ठसत होता.

"या... या..."

तिनं दरवाजा उघडला आणि वाकळ अंथरली.

"वा! किती पायपीट केली! बसल्यावर बरं वाटलं." ऐसपैस बसत तो

म्हणाला. ती अवघडून तशीच उभी होती.

"बसा ना!" वाकळीकडे बोट दाखवत तो म्हणाला.

"चहा करतो." खारीसारखी ती आत पळाली.

चुलीवर गरम पाणी होतंच. तिनं चहाच्या पातेल्यात गरम पाणी टाकलं.

एक वर्ष झालं होतं त्याला बघून. त्या वर्षातला एकही दिवस ती त्याला विसरली नव्हती. त्याची आपली परत भेट कधीच होणार नाही असंच धरून ती चालली होती. तिनं हळूच बाहेर नजर टाकली. एक पुस्तक वाचण्यात तो रंगला होता. केसांची एक बट कपाळावर आली होती. मोठ्या कष्टानं तिनं त्याच्यावरची नजर काढली. त्याच्यापुढं चहाचा कप ठेवला. आपला कप घेऊन दरवाजाच्या आडाला अवघडून बसली. त्यानं पुस्तक मिटलं. गरम चहाचा घुटका घेऊन त्यानं दीर्घ श्वास घेतला. तिच्याकडे बघत तो म्हणाला,

"बोला रेणुकाबाई, काय म्हणता?"

"काय म्हणायचं?" खाली मान घालून ती म्हणाली. किंचित थांबून तो म्हणाला,

"रेणुकाबाई, तुम्हाला देवीच्या पायावर का घातलं हो?"

"कुणास ठाऊक!"

"तुम्हाला विचारलं होतं?"

"मला कोन विचारनार जी?"

"तुमची संमती न घेताच?" त्यानं आश्चर्यानं विचारलं.

"मी लहान होतो, शाळेत जात होतो." ती म्हणाली.

"म्हणजे अल्पवयीन होता. समजा, आता विचारलं, तर काय सांगाल?"

"जोगतिणीची मुलगी काय सांगनार? काय करनार?"

"का? शिकू शकते. लग्न करू शकते."

"लग्न!" ती खळखळून हसली. "लग्न कोन जी करनार?"

"का नाही करनार? एवढी रूपगुणाची खाण कोण नाकारणार?" तिच्याकडे बघत तो म्हणाला. ती मनोमन शहारली. मनातून लाख बकूळफुलं बहरून उठली. तिनं खाली मान घातली.

तिच्या जटांमधून पाणी ठिबकत होतं. सारा पदर ओला झाला होता. तिच्याकडे पाहत तो म्हणाला,

"या जटा, तो जोगवा मागत हे असं गल्लीगल्लीतनं हिंडणं, हे का करायचं?"

"केलं न्हाई तर यल्लूबाईचा कोप व्हतो." ती भाबडेपणानं म्हणाली.

तो मोठ्यानं हसला.

"कोप! साऱ्या नैसर्गिक भावना मारून जगणं म्हणजे स्वत:ला मारून घेणं.

खरं सांग रेणुका, तुला नाही वाटत, लग्न करावं? संसार करावा? समाजात मानानं फिरावं, असं नाही वाटत?''

त्याच्या नजरेत नजर गुंतवून ती बोलू लागली, ''मलाबी शाळा शिकायची व्हती. पण आईनं देवीच्या पायावर घातली. आई म्हनती ही ध्याई आता देवीची. आता जलमभर देवीची सेवा करायची. मनातनं लई लाज वाटतीया या जटांची, जोगवा मागायची. असं वाटतं ह्यो जटांचा भार काढावा, हातातलं चवंडकं फेकून द्यावं, सरळ गरतीसारखं व्हावं, पोरं-बाळं वाढवावी, त्येस्नी शिकवावं.''

बोलता-बोलता ती गुडघ्यात मान घालून रडू लागली. तो पुढं सरकला. तिच्या जटांवरून मायेनं हात फिरवत तो म्हणाला,

''रडू नको रेणुका. तुझं जीवन तुला तुझ्या मनासारखं जगता आलं पाहिजे. फक्त तू धाडस कर.''

''कसलं धाडस?'' डोळे पुसून तिनं विचारलं.

''उद्या मैदानात जटा निर्मूलनाचा कार्यक्रम आहे. तिथे ये.''

''जटा निर्मूलन म्हंजे?''

''म्हणजे या जटा सोडवायच्या, कापायच्या.''

''मग काय हुईल?'' तिनं विचारलं.

''म्हणजे तू देवदासी राहणार नाहीस. जोगवा मागणार नाहीस.''

''पन यल्लूबाईचा कोप झाला तर?'' धास्तीनं तिनं विचारलं.

''तो कोप मी सोसीन; कारण जटा मी सोडवणार आहे.''

''नको, नको. तसलं बोलू नकोसा.'' ती गडबडीनं म्हणाली. ''जटा सोडवल्या की आई घरात घेणार नाही.''

''घरी यायचंच नाही.''

''यायचं न्हाई?''

''त्याच मांडवात लग्न लावायचं.'' तो निर्धारानं म्हणाला.

''लगीन!'' तोंडावर हात ठेवून ती उद्गारली, ''कुनासंगं?''

''बघू! भेटेल कुणीतरी आंधळापांगळा.'' हसत तो म्हणाला, ''मग उद्या सकाळी नऊ वाजता येणार नव्हे?''

'येईन राजा, येईन. तुझ्यामागं या दुनियेत कुठंबी येईन.' ती मनात बोलत होती. नजरेनं उत्तर देत होती.

त्या रात्री तिला झोप आली नाही. आज तिला जटांचा भार वाटत नव्हता. नजरेसमोर होता अंतरपाट आणि पलीकडे होता तो लहरी फेटा बांधलेला, हार हातात घेतलेला, मिस्कीलपणे हसणारा...

सारं मैदान माणसांनी फुललं होतं. मधोमध मंडप उभारला होता. त्याला

रंगीबेरंगी पताका लावल्या होत्या. मध्येच उंच स्टेजवर लोडतक्क्याची बैठक अंथरली होती. रेणुका मंडपाच्या दारात गोंधळून उभी होती. नजर त्याला शोधत होती. उरातली धडधड तिची तिलाच जाणवत होती. तेवढ्यात तोच तिच्याकडे आला. तिला हाताला धरून त्यानं व्यासपीठावर नेऊन बसवलं. तिच्यासारख्या आठ-दहा मुली बावरून तिथे बसल्या होत्या. प्रत्येक जण रेणुकाचं सौंदर्य आधाशासारखं न्याहाळत होता. रेणुका अवघडून बसली होती. जसं नाव जाहीर होई तशी एक एक मुलगी खुर्चीवर जाऊन बसे आणि टाळ्यांच्या गजरात जटा कापल्या जात. मोकळ्या केसांच्या त्या मुलींचे फोटो भरभर निघत होते. शेवटी रेणुकाचं नाव घेतलं गेलं. रेणुका थरथरत उठली. खुर्चीवर बसली. कात्रीचा कचदिशी आवाज झाला आणि जटांची थप्पी जमिनीवर पडली. फोटो निघत होते. रेणुकाचं मन हलकं झालं. आता ती देवदासी नव्हती. यल्लूबाईचं देणं लागत नव्हती. आता तिची ती स्वतंत्र होती.

जटा कापण्याचा सोहळा झाल्यावर देवेंद्र बोलायला उभा राहिला. रेणुका जिवाचे कान करून ऐकत होती.

“मित्रहो! आज या मुलींनी फार मोठं धाडस केलं आहे. परंपरेतून त्यांनी स्वत:ला सोडवून घेतलंय. पण एवढ्यानं भागणार नाही. तसं नुसतं जटा निर्मूलन करून भागणार नाही; तर या मुलींना आधार दिला पाहिजे. त्यांचं जीवन सुखी झालं पाहिजे. त्यांना मानानं जगता आलं पाहिजे. आहे कुणी महाभाग या मुलींचा स्वीकार करणारा? त्यांच्याशी लग्न करणारा? त्यानं पुढं यावं आणि या धर्मकार्याला हातभार लावावा.”

देवेंद्र बाजूला झाला. सभेत शांतता पसरली. मंडपाच्या कोपऱ्यात हालचाल झाली. रेणुकानं तिकडे धास्तावून नजर टाकली. गावातला विष्णू लव्हार दमदार पावलं टाकीत व्यासपीठाकडे येत होता. रेणुकाला संताप आला. रोज हाच विष्णू तिला येता-जाता खुणावीत असे. शिट्ट्या मारीत असे. आचकट-विचकट बोलत असे.

“हा कुणाशी लग्न करणार?”

विष्णू व्यासपीठावर आला तसा टाळ्यांचा कडकडाट झाला. विष्णू देवेंद्रच्या कानाशी कुजबुजला, तसा देवेंद्र मोठ्यानं हसला. माइकजवळ येऊन म्हणाला,

“मला आज स्वयंवराची आठवण येत आहे. विष्णुपंतांनी रेणुकाशी विवाह करण्याची संमती दर्शवली आहे. या विवाहानं एक नवा आदर्श आम्ही घालून देत आहोत असं मला वाटतं.” रेणुकाकडे वळून तो म्हणाला, “ये रेणुका.”

देवेंद्र रेणुकाच्या दिशेनं येऊ लागला. आपण काय ऐकतोय हेच रेणुकाला समजत नव्हतं.

याला समजत कसं नाही?
मी तर याला मनोमन वरलंय.
पहिल्या दिवसापासून याला आपलं मानलं.
याच्यासाठी जटा कापून घेतल्या.
येल्लूबाईच्या रागाची पर्वा केली नाही.
आणि हा मला दारुड्याच्या गळ्यात बांधणार?
माझं मन याला समजलं नाही की, माझी जबाबदारी याला नको आहे?
नको तर नको—
पण मी या दारुड्याशी लग्न करणार नाही—
या दारुड्याचा जन्मभर भार वाहायचा?
त्यापरीस जटांचा भार व्हता तो काय वाईट?
या मवाल्याची दासी बनन्यापरीस यल्लूबाईची दासी असणं काय वाईट?

रेणुका ताठरल्या नजरेनं येणाऱ्या देवेंद्राकडे बघत होती. तिचा हात धरताच रेणुकानं त्याच्या हाताला हिसडा मारला आणि ताडकन उडी मारून ती व्यासपीठाच्या खाली आली. भरल्या सभागृहाकडे पाठ फिरवून ती घराच्या दिशेनं पळत सुटली.

तिच्या अंधाऱ्या नजरेला यल्लूबाईचे डोळे दिसत होते आणि कानात 'उधो ऽ गं आई'चा आवाज घुमत होता.

◆

आउट

'आउट
नॉट आउट.
आउट?
नॉट आउट.
आउट?'

मुलींचा खेळ रंगात आला होता. मेधा डोळे मिटून खडूनं आखलेल्या चौकटीत बरोबर मधोमध पाय टाकत होती. कडेनं आखलेल्या रेषेला पाय न लावता, चौकटी ओलांडत होती. सभोवती साऱ्या मुली उभ्या होत्या. 'नॉट आउट. आउट?'

ते ऐकून ऐकून मिनी कंटाळली. तिचं लक्ष खेळात नव्हतंच. खेळायला जावं असंसुद्धा तिला वाटत नव्हतं. आजीनं बळेबळेच पाठवलं होतं, म्हणून ती आज घरातून बाहेर आली होती. कॉलनीतल्या त्या रुंद कॉंक्रीटच्या रस्त्यावर मुलींचा डाव रंगला होता. मिनीला येताना पाहून क्षणभर थांबलाही होता. खेळ थांबवून साऱ्या जणी मिनीकडे धावल्या होत्या. मिनीचा हात धरून त्यांनी म्हटलं होतं,

"ये ये मिनी. ही ठिकरी घे. पहिला डाव तुझा." पण मिनीनं ठिकरी घेतली नव्हती.

"नको गं. आज नको. परत कधीतरी." आणि मग मिनी खडूनं आखलेल्या त्या चौकोनाच्या कडेला खेळ बघत उभी राहिली. 'आउट?'

मिनीला आठवलं, परवा मंजूआन्टीच्या गळ्यात पडून रडताना आई म्हणत होती, 'भरल्या संसारातून मी पार आउट झाले मंजू!'

आई असं का म्हणाली असेल? समोरचा खेळ बघताना मिनीला प्रश्न पडला होता. 'आउट!' साऱ्या मुली ओरडल्या. मेधाचा पाय रेषेवर पडला होता. मेधा आउट झाली होती. 'बाई गं, या धावपळीच्या जीवनात चुकून मरणाच्या रेषेवर पाय पडला की माणूस आउट होतो. मरणाच्या चौकटीत आखलेलं हे जीवन! चौकटीत आहे, तोवरच सुखरूप... जरा बेसावध राहिलो अन् रेषेला पाऊल लागलं... की... संपलं!' मंजूआन्टी त्या दिवशी आईला सांगत होती. आपले बाबाही आउट झाले? कसे? मिनीचं त्या खेळाकडे लक्षच लागेना. घरी परत जावं असं वाटू लागलं. ती जायला निघाली. खेळ क्षणभर थांबला अन् पुन्हा सुरू झाला. त्या भल्या मोतीसागर कॉलनीतल्या शिंपला बिल्डिंगमधलं इवलंसं मिनीचं घर, ते घर सोडून कुठे जावं असं मिनीला वाटतच नव्हतं. ती बिल्डिंगजवळ आली. मेंदीच्या ताटव्यामधली मोकळी जागा... अन् तिथूनच आत जाण्यासाठी असलेला तो रस्ता! त्या जागेजवळ आली, तशी मिनीला पाय वर उचलून घ्यावेसे वाटले. या जागेला पाय कसा लावायचा? याच जागेवर...

याच जागेवर मिनीच्या बाबांना त्या दिवशी आडवं झोपवलं होतं. हार, फुलं, गुलाल घातला होता. सारी कॉलनी गोळा झाली होती. शेजारचे प्रभुणे काका रडत होते. बायका मुसमुसत होत्या. आईला मंजूआन्टीनं धरून आणलं होतं. सुखात्मे काकांनी मिनीला उचलून घेतलं होतं. "नमस्कार कर बाळा तुझ्या बाबांना, शेवटचा!" आईनं बाबांच्या पायांवर डोकं ठेवलं. जमिनीवर बसूनच ती रडायला लागली. मिनीपण! तेवढ्यात सर्वांनी बाबांना उचलून नेलं पण! असं चार माणसांनी कुणाला उचलून नेताना बघितलं की मुलं थांबून नमस्कार करायची. 'असं प्रेताला नमस्कार केला की, भूत मागं लागत नाही.' असं मुलं म्हणायची.

'आपल्या बाबांचं प्रेत झालं? म्हणजे भूतसुद्धा होणार?' या विचारानं मिनी थरथरून गेली.

"छे! भूत कसं होईल? आजी म्हणते, बाबा देवाकडे गेले. देव त्यांचा सांभाळच करील. भूत कसं करील?"

जिना चढून मिनी घराच्या दारात आली. हॉलमध्ये अनेक जणी होत्या. आई बसली होती. खरंतर मिनीला आईशी खूप बोलायचं होतं; पण कुणी बोलू देतच नव्हतं. त्याच साऱ्या जणी बोलत असायच्या.

"शुभदा, आता रडणं बंद कर. जन्माचं दुःख आहे हे! रडून संपणार थोडंच? मिनीसाठी मन घट्ट कर. धीरानं घे." मिनी आईच्या कुशीत शिरली. 'बिचारी आई' असं वाटून ती आईला जास्तीच बिलगली. शाळेत रूथ टीचर नेहमी सांगत होत्या,

'मिनी, आता हट्ट करू नकोस. अभ्यास चांगला कर. आईला जप. किती लहान वय! आता तूच तिला जप.' काका, मामा, आजी, आत्या, शेजारी सारे जण मिनीला हेच सांगत होते की, मिनीनं मोठ्या मुलीसारखं वागायचं अन् लहान वयात दुःख सोसणाऱ्या आईला जपायचं. ते ऐकणारी मिनी नकळता मोठी होत चालली होती. हट्ट विसरली होती. आईला त्रास होऊ नये म्हणून घरची छोटी-मोठी कामं करीत होती. ऑफिसमधून उशिरा येणाऱ्या आईची गॅलरीत बसून वाट बघत होती. पुस्तकात मन रमवत होती. ते बघून सारेच... सारेच का? आईदेखील म्हणायची, 'शहाणी माझी मिनी! किती समजूतदार!'

बघता बघता पाच वर्षं सरली होती. बाबांच्या जाण्याच्या दुःखातून, ते घर आता जरा सावरलं होतं. ओल्या जखमेवर खपली धरत होती. आई ऑफिसची धावपळ करीत होती. मिनी वाचनात रमत होती. मनानं, शरीरानं बदलत होती. फक्त एकच गोष्ट ती विसरू शकत नव्हती, तिचे बाबा. त्यांचं प्रेम. त्यांचं जाणं! पण हे आईशी बोलायचं नाही. आईला त्रास होतो. आई रडते. हे आठवून मग मिनी मोठ्या मुलीसारखी ती आठवण मनाच्या कोशात गुरफटून मिटवून टाकायची. बाबांच्या आठवणीनं आतल्या आत उसासत राहायची. त्या दिवशी सकाळी क्लास आटोपून मिनी घरी आली. आईची ऑफिसात जायची तयारी झाली होती. नववीत गेल्यापासून असंच व्हायचं. भल्या सकाळी मिनी क्लासला जायची व क्लासहून परत येताना, दरवाजात अगर जिन्यात ऑफिसला जाणारी आई भेटत असे. तशीच आजपण... पण आज आईला बघून मिनी थबकलीच! आई आज किती छान दिसत होती! बसंती रंगाची साडी, मॅचिंग ब्लाउज, हातात ब्रेसलेट, गळ्यात मोती-पोवळ्यांचा बारीक सर, कानांत कुडी...

हे सारं नवीन होतं. ही साडी आईनं कधी घेतली? आजवर घरची सर्व खरेदी आई अन् मिनी मिळूनच करीत. ही साडी? मिनीला थबकलेली बघून आईच मग म्हणाली, "विसरलीस मिनी? आज माझा बर्थ-डे."

मिनी ओशाळली. आईच्या गालाची पापी घेत ती म्हणाली, "मेनी हॅपी रिटर्न्स!"

"मिनी, मला घरी यायला उशीर होईल. दोन्ही वेळेचं जेवण तयार आहे. जेवून घेशील ना राणी? जाते. बस चुकेल."

टप् टप् चपलांचा आवाज विरला. मिनीचे डोळे भरून आले. आज आईचा वाढदिवस. कशा विसरलो आपण? आई मात्र आपला वाढदिवस कसा कौतुकानं साजरा करते! मिनी घरात आली. समोरच्या शो-केसवर तिचा व आई-बाबांचा फोटो फ्रेम करून ठेवला होता. उंच हसरे बाबा अन् गौरीसारखी सजलेली आई! त्यांमधली छोटी मिनी. त्या फोटोकडे मिनी डोळे भरून बघत होती. तिची नजर घड्याळाकडे

गेली. शाळेची वेळ होत आली होती. आता घाई केली तरच शाळेत वेळेवर पोचता येणार होतं. स्वयंपाकघरात जाऊन तिनं डब्यात पोळीभाजी घेतली. युनिफॉर्म घालण्यासाठी आतल्या खोलीत गेली अन् दचकलीच... सारी खोली निशिगंधाच्या वासानं घमघमून गेली होती. कॉटलगतच्या बैठ्या स्टुलावर निशिगंधाच्या फुलांची परडी होती. परडीखाली एक कार्ड जोडलं होतं. लपेटदार अक्षरात त्यावर लिहिलं होतं, 'वुइथ बेस्ट कॉंप्लिमेंट्स फ्रॉम, प्रशांत संघवानी.'

प्रशांत अंकल?

इतक्या सकाळी घरी येऊन, आईला वुइश करून गेलेसुद्धा? अन् मी मात्र कशी विसरले? ते काही नाही. आज संध्याकाळी आईला चकित करून सोडायचं. तिचा वाढदिवस आपण साजरा करायचा.

शाळेत जाता-जाताना मिनी अकबर अलीजच्या स्टॉपवर उतरली. त्या भल्या मोठ्या दुकानात मिनी आज प्रथमच एकटी जात होती. केक्स, पॅटिस, प्रेस्टिज आणि अनेक खमंग पदार्थांनी शो-केसेस भरल्या होत्या. मिनीच्या बॅगमध्ये पॉकेटमनीचे मोजून एकशे वीस रुपये होते. तिनं आईसाठी एक छानदार केकची ऑर्डर दिली. त्यावर लपेटदार आयसिंगनं आईचं नाव उमटणार होतं, वेफर्स, पॅटिस तर हवेतच.

हे सारं आवरून मिनी धावतपळत शाळेत पोचली. प्रार्थना सुरू झाली. साऱ्या मुली करुण सुरात प्रार्थना म्हणत होत्या. प्रार्थना हॉलमध्ये मधोमध मदर मेरीची मूर्ती होती. तिच्याकडे बघताना मिनीला आई आठवत होती. 'बिचारी आई! किती लहान आहे अन् किती कष्ट करते! आपण खूप शिकायचं, मोठं व्हायचं, नोकरी करायची. लग्न मुळी करायचंच नाही. आईला कोण जपणार? बाबाही नाहीत...' वर्गात गेलो तशी तिची लाडकी मैत्रीण मेधा म्हणाली, "मिने उशीर केलास नं यायला?" मेधा मिनीची लाडकी मैत्रीण! सारी गुपितं मिनी मेधालाच सांगायची. "मेधा, अगं आज आईचा बर्थ-डे अन् मी विसरूनच गेले की गं. पण आज संध्याकाळी आईला चकित करून सोडणार आहे मी. तू येशील? आज मी आईचा बर्थ-डे साजरा करणार आहे. असं कर मेधा, राहायलाच ये. येशील? मी तुझ्या आईला विचारीन."

"खरंच येईन मिनी! माझी आई पण नेहमीच म्हणते, मिनीच्या आईनं लहान वयात खूप दुःख सोसलं."

एवढ्यात रूथ टीचर वर्गात आल्या. मिनीची नजर पुस्तकावर, कानात टीचरचे शब्द अन् मनात आजची संध्याकाळ...

जेवणाच्या सुटीत मिनीच्या डब्यात फक्त पोळी-भाजीच बघून मेधा म्हणाली, "हे काय गं? फक्त पोळी-भाजी?"

"अगं, आईला वेळच नव्हता काही करायला. खूप घाई होते गं तिची. त्यात मी सकाळी क्लासला जाते ना?"

"मिनी, आज तुझी आई खूप मोठ्या कारमध्ये बसून गेली का गं? बसस्टॉपवर मी उभी होते, तेव्हा पाहिलीशी वाटली!" मेधानं विचारलं.

"कार? छे गं!"

मिनी म्हणाली. पण नजरेसमोर निशिगंधाची परडी आली. नाकाला निशिगंध व सेंट स्पर्शून गेल्याचा भास झाला. मेधानं पोळीवर घातलेला मुरांबा बेचव वाटला. चित्रकलेच्या तासाला मिनी मन लावून चित्र रंगवत होती. "मिने, काय टॉप रंग दिलायस गं फुलाला? काय नाव गं या रंगाचं?"

मेधा मिनीनं रंगवलेलं फूल बघत म्हणाली. भगवा अन् लाल रंग मिसळल्यावर नेमका कोणता रंग तयार होतो? मिनीला कुठे ठाऊक होतं? तिनं चित्राकडे बघितलं. नेमका हाच रंग आज आईच्या साडीचा होता. ही साडी आईनं कधी घेतली. मिनीनं काळ्या रंगात ब्रश बुडवला अन् फुलांवर काळे ठिपके द्यायला सुरुवात केली.

"ए वेडाबाई, काळे ठिपके?" मेधा म्हणाली. खिन्न चांदणं सांडावं, तसं मिनीचं हसू त्या कागदावरून सांडत गेलं. शाळेतून येताना मेधा-मिनीनं अकबर अलीजमधून सारी पार्सलं घेतली. शाळेची बॅग व जोडीला अकबर अलीजच्या बॅग्ज हातात धरून कुलूप उघडणाऱ्या मिनीला समोरच्या नंदाकाकूंनी हटकलं, "काय मिनी, एवढी खरेदी? अन् मेधासुद्धा?"

"काकू, ती आहे आमची जंमाडीजंमत. आता नाही काही सांगणार. आई आल्यावर सांगेन हं!"

दरवाजा बंद करून घेत मिनी सारी पार्सल्स डायनिंग टेबलावर ठेवत मेधाला म्हणाली, "मेधीटले, आधी खाऊन घेऊ बाई. भूक लागलीय."

"आ ऽ ह ऽ काय मस्त वास भरून राहिलाय गं! निशिगंधाच्या फुलांचा ना?" मेधा निशिगंधाची परडी बघत म्हणाली, "प्रशांत संघवानी? कोण गं?"

"ते? प्रशांत अंकल. आईचे बॉस. लंडनहून आले आहेत सहा महिन्यांसाठी अन् परत जाणार आहेत म्हणे. चल मेधा. खाऊन घे. नंतर आपण कामाला लागू."

मिनी विषय बदलत म्हणाली. त्यानंतर मात्र त्या दोघी भराभर कामाला लागल्या. कागदी रिबन्सच्या पट्ट्या साऱ्या भिंतींना लावून, त्यांना मधोमध फुगे बांधले. मधल्या गोल टीपॉयवर नक्षीदार ट्रेमध्ये केक ठेवला. सभोवती गुलाबाची फुलं, पानं लावली. बश्या, चमचे मांडून ठेवले. "आईने बेल वाजवली की, मी दरवाजा उघडेन अन् तू ही टेप ऑन कर हं." सनईची कॅसेट आत सरकवत मिनी म्हणाली. हे सारं बघून, आई किती गोड हसेल, या कल्पनेनं ती स्वत:च खूश झाली.

"ए चल, आता आपण कपडे बदलू. या मळक्या युनिफॉर्ममध्ये का आपण

आईचं स्वागत करणार?''

त्या दोघींनी छान मॅक्सी घातल्या अन् एकदमच एकमेकींकडे बघून हसत म्हणाल्या, ''अगदी सिंड्रेला ना?''

''मेधा, खरंच तू आहेस म्हणून मला एकटं वाटत नाही. नाहीतर मी काय केलं असतं सांग? मेधा, आपण कधी मैत्री तोडायची नाही हं. दहावी पास झालो तरी एकाच कॉलेजमध्ये जायचं हं. कबूल ना मेधा?''

मिनी कळवळून विचारत होती. बोलता बोलता तिनं देवाजवळ दिवा लावला. बाबांच्या फोटोला हार घातला. उदबत्ती खोचलेलं झाड फोटोसमोर ठेवलं. हे सारं मेधा आश्चर्यानं बघत होती.

''मिनी, हे सारं तू करतेस?''

''हो, नाहीतर कोण करणार? आता आईचा देवावर विश्वास नाही. आई म्हणते, देवानंच बाबांना नेलं. मग मला वाटतं, ज्या देवाजवळ बाबा आहेत, त्या देवानं बाबांचा सांभाळ करावा म्हणून तरी आपण हे करायला हवं.'' मिनीचा आवाज भरून आला. तशी मेधा तिच्या खांद्यावर हात ठेवत तिला म्हणाली, ''मिनी, तुझे बाबा तुला आवडतात?''

''खूप आवडतात गं. खूपच. तसे स्पष्ट आठवत नाहीत, पण त्यांनी केलेले लाड आठवतात. मेधा, बाबा हवे होते गं! आईचं ऑफिस नरिमन पॉइंटला. घरी यायला वेळ होतो. मी गॅलरीत बसते तिची वाट बघत. साऱ्यांचे बाबा घरी परत येताना मी बघते. मला रडू येतं. ते कुणाला समजू नये, म्हणून मी पुस्तक समोर धरते, देवानं सर्वांना बाबा दिले. फक्त माझेच बाबा का नसावेत?''

मेधाच्या खांद्यावर डोकं ठेवून मिनी रडायला लागली. ''मिनी, तू खेळायला का नाही जात?''

''मला नाही आवडत. लहान का आहोत आपण आता ठिकरीनं खेळायला? आउट, नॉट आउट करायला? नाही मेधा, मी खूप मोठी होणार. नोकरी करणार, आईला जपणार. म्हणून मी खूप वाचते. अभ्यास करते. ते जाऊ दे. चल, आपण टी.व्ही. लावू.''

त्या दोघी टी.व्ही. बघू लागल्या. टी.व्ही.वरचे मिस्टर व मिसेस माथूर नवरा-बायकोची भांडणं सोडवत होते.

''अगं हीच मिसेस माथूर, पूर्वी रजनीचं काम करायची ना?''

''आई म्हणते, माणसाला असे वेगवेगळे रोल करावेच लागतात. अगं पण... आई? आई अजून कशी आली नाही?''

मिनी दचकली.

चोर, खुनी, स्मगलर्स, मुंबईचे दादा... मिनीला सारे आठवू लागले. आज आई

किती सुंदर दिसत होती!

"कुणी पळवूनच नेली तर?"

तिने देवासमोर आणखीन एक उदबत्ती पेटवली. मेधा ते नीटनेटकं घर बघत होती. "मिनी, तुला तुझं घर खूप आवडतं?"

"हो गं खूप. असं वाटतं, या घरात बाबा आहेतच. हे घर सोडून, मी कधी कुठे जाणार नाही." आता मिनी परत रडेल या भीतीनं मेधाच म्हणाली,

"अगं मिने, सगळेच मुसळ केरात."

"काय गं?"

"प्रेझेंट? प्रेझेंट काय द्यायचं?"

मिनीला काहीच सुचेना. तोवर दरवाजाची बेल वाजली. मेधानं टेपचं बटण दाबलं. मिनीनं दरवाजा उघडला. दारात मंजूआन्टी आणि उषाआन्टी उभ्या होत्या.

"मंजूआन्टी, आई... आई अजून आली नाही."

मंजूआन्टीच्या कंबरेला विळखा घालून रडत मिनी म्हणाली. तिला जवळ घेऊन, आत येऊन मंजूआन्टीनं दरवाजा बंद केला. मेधानं टेप बंद केली. रडणाऱ्या मिनीला जवळ घेऊन मंजूआन्टी म्हणाली,

"ए वेडोबा, रडतेस काय अशी? शुभदा येतेय पाठोपाठ." मिनीनं सजवलेली खोली, केलेली तयारी बघून मंजूआन्टी उषाआन्टीला म्हणाली, "बघ उषा, मिनी किती समजूतदार मुलगी आहे? त्याखेरीज का आईच्या वाढदिवसाची कुणी अशी तयारी करील? स्वीट गर्ल. शुभदा उगीचच काळजी करते."

"पण मंजूआन्टी इतकं सारं करून आईसाठी प्रेझेंट आणायला मात्र विसरले." मिनी हसत म्हणाली.

"प्रेझेंट?" मंजूआन्टी डोळे मिचकावून हसत म्हणाली, "ते तर आज आम्ही सर्वांनी मिळूनच शुभदाला दिलं आहे. सच अ नाईस प्रेझेंट! शुभदा तयारच नव्हती घ्यायला. म्हणे मिनीला काय वाटेल! पण मिनी किती समजूतदार आहे, हे तिला ठाऊकच नाही."

"प्रेझेंट? कोणतं?" मिनी, मेधा एकदमच म्हणाल्या.

"प्रेझेंट? प्रशांत संघवानी. प्रशांत अंकल. अंहं. तुझे डॅडी. आमचे बॉस. लंडनला राहतात. त्यांना शुभदा खूप आवडलीय. लग्न करणार आहेत ते तिच्याशी. दोघंही संकोच करीत होती, पण आज आम्ही सर्वांनी कन्व्हिन्स केलं त्यांना. ते तुम्हा दोघींना घेऊन लंडनला जाणार आहेत. तिथे त्यांचा मोठा बिझनेस आहे. आईला नोकरी करावी लागणार नाही. केंब्रिज युनिव्हर्सिटीत तुझं शिक्षण होईल. यू आर सो लकी मिनी."

मंजूआन्टी काय बोलतेय तेच मिनीला समजत नव्हतं. डोळ्यांतलं पाणी

पागोळीसारखं गालांवरून टपटपत होतं. ते घर, तो बाबांचा हसरा फोटो, सारं सभोवती गरगर फिरत होतं. त्या घराला मिठीत घेऊन खूप मोठ्यानं रडावं असं वाटत होतं, मेधाचा हातातला हात घट्ट धरून खूप बोलावं असं वाटत होतं; पण ती फक्त भिरीभिरी नजरेनं पाहतच राहिली. ऐकतच राहिली, जे मनापर्यंत पोचत नव्हतं.

"तू समजूतदार आहेस मिनी. आईचं वय किती लहान! सारा जन्म कसा जाणार? कम ऑन. बी अ गुड गर्ल."

इतक्यात दरवाजाची बेल वाजली. मंजूआन्टीनं टेप ऑन केली. सनईच्या सुरांनी खोली भरून गेली. उषाआन्टीनं दरवाजा उघडला. दरवाजात आई उभी होती. मोरपंखी साडी अंगावर अन् हातात गुलाबांचा गुच्छ, पाठीमागे सूट घातलेले प्रशांत अंकल.

'वेलकम होम,' मंजूआन्टी म्हणाली. आईनं घरात पाऊल टाकलं. रेषेला पाऊल न लावता आई बरोबर चौकोनात उभी होती अन् ... अन् त्या घराच्या रेषेवर घट्ट पाऊल जखडलेली मिनी मात्र, आउट... आउट झाली होती!

◆

रिकामी जागा

सरला समोरच्या समुद्राच्या लाटांकडे बघत होती. ओहोटीचं पाणी किनाऱ्यापासून खूप दूर... आत गेलं होतं... ओल्या रेतीत कोरडी, मोकळी जागा बघून सरला बसली होती. पाठीमागं उंच सुरूची झाडं सळसळत होती. फॉरेस्ट खात्यानं लावलेली एका ओळीतली सुरूची झाडं आता हिरवीगर्द झाली होती. त्यानंतरचा लांबसडक पसरलेला कारवार-मुंबई रस्ता, त्या रस्त्याच्या पलीकडलं रेस्ट हाउस अन् अलीकडे हा समुद्रकिनारा.

सरलाचं हे आवडतं ठिकाण. लहानपणापासून दारिद्र्यात, कष्टात वाढलेल्या सरलाचा विरंगुळा म्हणजे संध्याकाळची ही वेळ अन् त्या वेळी समुद्रकिनाऱ्यावर येऊन वाळूत बसणं. तिथे बसलं की, कसलं तरी अनामिक समाधान मिळतं, हे समजायला लागलं तेव्हा सरलाचं वय दहा-बारा वर्षांचं असावं. आईविना पोरक्या दोन मुलींना सांभाळत दमेकरी अण्णा कसेबसे धापा टाकत जगत होते. घरात कधी सुग्रास जेवणाचा वास रेंगाळला नव्हता की, घराच्या अंगणात माणसांची कधी वर्दळ नव्हती. कळकट्ट भिंती, मळकट चादरी-गोधड्या; जळालेली भांडी यांच्या सोबतीनं सरला मोठी होत होती. फी आणली नाही म्हणून बाईंनी जे एकदा बाकावर उभं केलं, त्यानंतर सरलानं शाळेचं तोंडच पाहिलं नव्हतं. ती शाळेला न जाता घरी राहिली आणि आक्काला- मोठ्या बहिणीला- बरंच झालं! सारं घर सरलाच्या अंगावर टाकून आक्का गावभर फिरून 'गजाली' करीत असे. इथे तिथे भटा-बामणाच्या घरी पापड लाटायला, कधी आंबापोळी करायला म्हणून आक्का फिरत

असे. दुपारचं जेवण बाहेर जेवूनच भरल्या पोटानं तिन्हीसांजेची घरी परते. पोटभर जेवून आणि थोरामोठ्यांच्या सोप्यावर बसून तिचं मन तृप्त झालेलं असे. येताना फणसाचे गरे, काजूगर किंवा पाडाचे आंबे असं काहीतरी ती सरलासाठी आणत असे.

तिनं न सांगताच सरलानं घराचा भार उचलला होता. तेव्हापासून आक्का निश्चिंत आणि घराचा चेहरा-मोहरा बदललेला!

सरलानं घराच्या भिंती गेरूनं सारवून घेतल्या. पाणी मारून मारून जमिनीचे पोपडे उकरून काढले. हिरव्यागार सारवणावर पांढरी ठिपक्यांची रांगोळी उमटू लागली. अंगण गुळगुळीत झालं. तुळस डोलायला लागली. अबोली फुलायला लागली.

थकून घरी आलेल्या अण्णांना, पाय धुवायला गरम पाणी मिळायला लागलं. अंघोळीच्या वेळी तेलाची वाटी गरम पाण्याच्या बादलीशेजारी दिसायला लागली. धोतराचा रंग शुभ्र झाला. गरम पेजेनं अण्णांचा दमा कमी झाला. न बोलता काम करणारे सरलाचे हात आणि बोलत बोलत घराबाहेर पडणारे आक्काचे पाय अण्णांना दिसत होते. या दोन्हींवरचा उपाय अण्णांच्या हाताबाहेरचा होता. मग ते फक्त कामच करीत. घरी आले की, मानेखाली हाताची घडी घालून एकटक छपराकडे बघत पडून राहत.

सगळी दुपारभर सरला पत्रावळी लावत बसे. ओल्याशार हिरव्या पनसोड्याच्या पानांना शिगरकाडीनं टोचत टोचत सरला गोल पत्रावळी करीत असे. कधी ओट्यावर, कधी फणसाच्या गार सावलीत. तिचं हिरवं मन, त्या मनाला आलेली नवीन जाण आणि त्या मनाला टाके घालून, गोल आकारात ठेवणं... सारं सरला शिकली होती.

पहाटेपासून ओठ घट्ट मिटून घेऊन सरला काम करीत असे. अंगणापासून ते परसदारापर्यंत लवलवत फिरत असे. तिला सोबतीची गरजच वाटत नसे. मात्र संध्याकाळची उन्हं फणसाच्या झाडावरून रेंगाळत अंगणात उतरली आणि समुद्रावरून येणारा खारा वारा नारळीला झोंबायला लागला की, सरलाची पावलं अनामिक ओढीनं समुद्रकिनाऱ्याकडे धाव घेत. गावची बाजारपेठ ओलांडून एकदा ते निळं चैतन्य नजरेला पडलं की सरलाचा जीव थाऱ्याला लागे. तासभर तो सळसळता समुद्र, झोंबता वारा, सुरूची डोलणारी झाडं यांच्यासोबत घालवून घरी परतताना सरलाचं मन समाधानानं भरलेलं असे. उद्याच्या दिवसाची उभारी मनात असे. रात्रीची झोप तिची वाट बघत असे.

'या समुद्रानं मला असं बांधून का ठेवलंय?' आत्तासुद्धा रेतीत बसून सरला विचार करीत होती. त्याच्याइतकं जिवलग तिला कुणीच नव्हतं. निदान आजतरी!

त्या दिवशी अंतूशेटकडे पापड लाटायला म्हणून गेलेली आक्का संध्याकाळी मग परत आलीच नाही. मुंबईच्या गाडीत बसून शंकर खारण्याच्या सोबतीनं आक्की गेली हे समजलं तसं अण्णांनी अंथरूण धरलं. त्यांची धापणारी छाती, हालचाल मंदावत आठ दिवसांत बंद पडली. आठ दिवसांत... फक्त आठ दिवसांत दोघं दोन दिशेला गेले. सरलाचा विचार कुणीच केला नव्हता. तेरा दिवस पायांची जुडी करून सरला तोंडात गुळणी धरून बसून राहिली. शेजारीपाजारी, गाववाले आले. बोलले, निघून गेले.

चौदाव्या दिवशी सरलानं घर आवरलं. अण्णा-आक्काची चिरगुटं वाहाळावर जाऊन धुऊन वाळवली. हंडाभर गरम पाणी तापवून डोक्यावरून ओतून घेतलं आणि हिरवीगार पानं घेऊन त्यांना शिगरकाडी टोचत बसली. गोल आकाराच्या पत्रावळ्यांचे ढीग रचू लागली.

तेरा दिवसांनी सरला अशीच ओढीनं समुद्रावर आली. ती उधाणलेली सळसळ, खारा वारा, शिडाविना तरंगणाऱ्या होड्या. सारं नजरेत भरलं आणि डोळ्यांतले माठ फुटून दरदरून गालांवरून वाहू लागले.

दोन्ही बाजूंनी डोंगर हिरवेगार झालेले. कडेनं कोरड्या वाळूनं भरलेला किनारा आणि यामध्ये अवघडलेला तो समुद्र... डोंगराच्या पलीकडे समुद्र कसा असेल? या कोंडीतून सुटला असेल का? डोंगरावर जाऊन एकदा पलीकडे दिसणारा समुद्र बघायलाच हवा, असं मनात येऊनही तिनं सदा हा दोन डोंगरांमधला अवघडलेला समुद्रच बघितला होता. तिच्यासारखाच तो त्या जागीच कुचंबून सळसळत असे. दोन डोंगर आणि हा किनारा यांत अडकलेला असे. आक्का आणि अण्णा दोन डोंगरासारखी माणसं गेली आणि जीवन रेताड किनाऱ्याला भिडलं. तरी सरला तशीच अवघडलेली. तसं अवघडून जगणं मनोमन तिनं मान्यही केलं होतं. सोबतीला तसाच अवघडलेला तो समुद्र आणि सरला... दिवस जात होते आणि...

गेल्या आठवड्यात आईच्या मावसबहिणीची नणंद गावात आली होती. एवढ्या वर्षांनी नातीगोती शोधत सरलाच्या घरी आली. सरलाचं घर सारवणं, जपणं याचं तिनं भरल्या मनानं कौतुक केलं. मग काही दिवस ती रोज येतच राहिली. एके दिवशी सकाळीच येताना एक प्रौढसा माणूस सोबत होता. तो तिचा दीर होता. सरला अंगण सारवत होती. हात सारवणानं भरले होते. त्यांना बघून ती गडबडली, तशी ती मावशीच म्हणाली,

"असू दे गं बायो, अशीच साजरी दिसतेस. बघा भावजी, अशी घरकारीन मिळेल या दिवसात? तुमच्या घराचं सोनं करील हो पोर. मलाच आता तिचं सर्व करायला नको? आई-बापाविना पोरकी पोर. गावात मस्त लोक आहेत. पण कुणी केला या पोरीचा विचार? दुनिया अशीच हो बघा, बघून घ्या. ठरवूनच टाकते."

सरलाला काहीच समजलं नव्हतं. थंडगार कोकमाच्या सरबताचे पेले त्या दोघांच्या समोर ठेवून ती उंबऱ्याशी अवघडून बसली. समजलं होतं इतकंच की समोरचा पुरुष तिला बघायला आला होता. दोन वर्षांपूर्वी त्याची बायको जराशा आजारानं वारली होती. लग्नाचं तो मनावरच घेत नव्हता. सरलाला त्यानं पसंत करावं असा त्या मावशीबाईचा प्रयत्न सुरू होता.

आपलं लग्न?

सरलानं कधी नीटसा विचार केलाच नव्हता. कधी मनात विचार आलाच, तर हिरवीगार पनसोड्यांची पानं घेऊन ती त्यांना शिगरकाडीनं टोचत बसे. फार एकाकी वाटलं, तर दोन डोंगरांत अडकलेला समुद्र एकटक बघत बसे. मग तिचं मन हलकं होत असे.

त्यानं सरलाला पसंत केलं, तसं मावशीबाईनं गावची चार सोयरी-धायरी बोलावून तोंड गोड केलं. सरलाच्या घरी येऊन स्वत: रांधून सर्वांना जेवू घातलं. कधी नव्हे ते डाळीच्या रसाचा खमंग वास, मणगण्याचा गोड वास घरभर घमघमला. अंगणाला माणसांचे पाय लागले. सरलानं शिवलेल्या ओल्या पत्रावळी घरीच ओलावल्या.

हे काय घडत होतं?

घडायलाच हवं होतं का?

सरलाला नेमकं काय वाटत होतं ते तिचं तिलाच समजत नव्हतं. ती काहीच न सुचून मग भिरीभिरी तो समुद्रच बघत बसली.

'अंगावरच्या कोऱ्या कापडाचा वास जवळचा की खाऱ्या वाऱ्याची जवळीक जवळची?'

'हातातल्या नव्या काकणांचा आवाज गोड वाटतो की सुरूच्या पानांची सळसळ?'

'पनसोड्याची हिरवी पानं मोलाची की जाताना त्यानं हातात दिलेल्या हिरव्या नोटांची पानं मोठी?'

'आंबाड्यात टोचलेले नवे काटे, त्यावरची माळलेली अबोलीची वेणी साजूक की पनसोड्याच्या पानांना गोलाकार देणारी शिगरकाडी सुबक?'

दोन डोंगरांत अवघडलेल्या सागरासारखी सरला या दोन विचारांत अवघडून वावरत होती. लग्न आठ दिवसांवर आलं होतं. मावशीबाई आठ दिवसांनी सरलाला बेळगावला नेणार होती. गावात कधी नव्हे ती सरलाला जेवणाची आमंत्रणं येत होती. तिच्याबरोबर मावशीबाई मिरवत होती, दुवा घेत होती. आक्का-अण्णाचं नाव पुन:पुन्हा घोळवत होती.

दोन डोंगर, मधला समुद्र आणि किनारा एवढीच सरलाची सोयरी. त्यांना

सोडून कुठे बेळगावला जायचं? तिथे त्याचं घर असेल. तो असेल. पण हा समुद्र, हे डोंगर आणि किनारा नसेल. डोंगरावर चढून एकदा पलीकडचा मोकळा समुद्र पाहायचा होता; तोपण राहूनच गेला होता आणि हे नवलाचं लग्न समोर उभं होतं. 'होय', 'नाही' म्हणायच्या आत ठरलंही होतं.

आठ दिवसांनी ते घर, गाव आणि संध्याकाळची ती हक्काची वेळ सारंच दुरावणार होतं. सरला विलक्षण बेचैन झाली होती. कडेचे डोंगर नाहीसे झाले होते. आता मन मोकळं व्हायला हवं होतं. असं का होत नव्हतं?

'पोरीनं नशीब काडलन हो. असेना बिजवर, पण दिसत नाही तसा. स्वत:चं घर, स्वत:चा उद्योग, सरला - विसरू नकोस गावाला, येत जा हो अधूनमधून. घर आहे.' निरोपाची बोलणी सुरू होती.

सरलाच्या बसनं कारवार बसस्टँड सोडलं. बेळगावच्या दिशेला बस धावू लागली. सुरूचं बन, मधला किनारा, दोन डोंगर, मधला समुद्र सारं धावत्या बसमधून बघताना सरलाला आपसूक हुंदका आला. गाव, घर, माणसं कुणातच ती अडकली नव्हती. मन पुन:पुन्हा हिव्या डोंगरात, पांढऱ्या वाळूत, निळ्या पाण्यात डचमळत होतं.

लग्न, मंगलाष्टकं, अक्षता, बँड, मोटार, शेजारी बसलेला नवरा, कोरी साडी, हिरवा चुडा, बधिरलेलं मन हे घेऊनच तिनं त्याच्या घराचा उंबरठा ओलांडला आणि पावलं अडखळली.

समोरच्या भिंतीवरच नाकात नथ घातलेला त्याच्या पहिल्या बायकोचा भला मोठा फोटो होता. त्याला घवघवीत हार घातलेला होता. समोर समई तेवत होती. त्या फोटोकडे बघून सरलानं अवंढा गिळला. त्याचा चेहरा कसानुसा झाला. एक प्रौढ बाई घरात वावरत होती. वीस-बावीस वर्षांचा मुलगा. चौदा-पंधरा वर्षांची मुलगी तिला एकटक बघत होते. अचानक त्या मुलीनं त्या प्रौढ बाईला मिठी घातली. ती मुसमुसायला लागली. त्यांच्या नाकाचा शेंडा लाल झालेला सरलानं बघितला.

मावशीबाई त्या मुलीला समजावत म्हणाली, "ताईची आठवण आली गं? आता हीच तुझी ताई बरं. सारं करील तुमचं. दूर नाही करणार तुम्हाला, रडू नको बाई. जाते मी."

"सरला, येते हो. या माणसांना जप. त्याच्या पहिल्या बायकोची आई आणि भावंडं आहेत ती. त्यांनीच याला जपलं हो. दोन वर्षं. आपलं बिऱ्हाड मोडून इथे घर केलं. म्हणून तो जगला हो. बायकोवर खूप प्रेम होतं ना?"

तो खुर्चीवर मान खाली घालून बसला होता. त्याचा निरोप घेत मावशीबाई म्हणाली,

“खंत करू नको हो विनायक, जगरहाटी आहे. गणपती गेल्यावर कोनाडा मोकळा होतो; मन उदासतं; पण पुन्हा त्या रिकाम्या जागेवर गणपती आणतोच आपण. कोनाडा रिकामा कुठे ठेवतो? दुःख करू नकोस. विसर तिला. पोर चांगली आहे. कष्ट उपसेल, तुझा संसार जपेल. तुझी सासू, मेहुणी राहिनात इथे. तिला तरी दुसरं कोण आहे? करील ती सगळ्यांचं!”

सतरंजीवर खाली मान घालून बसलेली सरला सारं ऐकून मुळापासून हादरली होती.

‘याला जपणारी सासू, मेहुणा, मेहुणी या घरात असताना, यानं लग्न तरी का केलं? आता या घरात तो, ती माणसं आणि तिची अट्टाहासानं जपलेली आठवण आणि आपण...’

तिला पनसोड्याच्या हिरव्या पानाला टोचलेल्या शिगरकाडीचा आवाज टचकन जाणवला.

‘ही माणसं इथे राहणार? घर कुणाचं? आपण कोण? आपलं यांचं नातं?’

मान खाली घालून, पुढ्यातलं अन्न ती तोंडात ढकलत होती. त्याच्या सासूच्या कंबरेला चाव्यांचा घोस खळखळत होता. मेहुणीचा भावोजीसभोवतीचा वावर जाणवत होता.

कोरी साडी तिनं ट्रंकेत घडी करून ठेवली. साधं सुती पातळ नेसली. अंबाड्याचे काटे काढून घट्ट वेणी घातली. मोगरी, अबोली काढून ठेवली. घर सामसूम झालं होतं. आतला वावर शांत झाला होता. अंधाऱ्या खोलीत, लाल बारीक विजेचा दिवा त्या फोटोच्या वर लावला होता. अवघी खोली त्या फोटोच्या अस्तित्वानं भरून गेली होती.

कॉटच्या कडेवर सरला बसली होती. कशाचंच भान तिला नव्हतं. फक्त दोन डोंगर आणि ओहोटीचा दीनवाणा समुद्र नजरेत होता. भरती नसतानाही गालांवरून ओघळत होता... किनारा मात्र हरवला होता.

◆

तर्पण

वाटीतले तांदळाचे दाणे आणि बिल्वपत्र महादेवाच्या पिंडीवर वाहताना आज सुधाताईंचे डोळे अकारण भरून आले. नंदादीपाच्या प्रकाशातला पांढराशुभ्र महादेव त्या रोजच बघत असत. तशाच आजपण! वरच्या चकचकीत अभिषेकपात्रांमधून थेंब थेंब अभिषेक होत होता. सुधाताईंचे डोळेही तसेच टपटपत होते. पांढरीशुभ्र चाफ्याची फुलं महादेवावर वाहिली होती. त्या शुभ्र फुलांच्या राशीकडे सुधाताई एकटक बघत होत्या.

'ही सारी पांढरीशुभ्र फुलं! काहींवर उगीचच पडलेले डाग! झाडांवर फुलून, वाऱ्याशी डोलत, ताऱ्यांशीच बोलत उमलणारे फूल, अवचित... अचानक... झोक्यानं जमिनीवर पडावं आणि डागाळून जावं! पांढऱ्या फुलाला डाग? यात दोष कुणाचा? फुलण्याचा? डोलण्याचा? की प्राक्तनाचा?'

'प्राक्तन!' या शब्दावर मनातले विचार अडखळले. तशा सुधाताई खिन्न हसल्या. पदरानं डोळे पुसून, महादेवाला हात जोडून म्हणाल्या,

"शंभुनाथा, आता नीट अब्रूनिशी शेवटापर्यंत पोचवा बरं! नेहमीच तर तुमच्या मनात आलं, तसं फिरवत राहिलात. कधी तिसऱ्या डोळ्यातला अंगार, तर कधी माथ्यावरचं गंगाजल. तुमच्या मनात आलं, तेच दिलंत आणि तुमच्या गळ्यासभोवती सदाच विळखा घालून बसलेला तो सर्प? त्याची तर सदा भीतीच घातलीत. आता पुरे महादेवा, थकले. प्रवासाचा हा शेवटचा टप्पा! निभावून न्या झालं!"

डोळे मिटून सुधाताई मनोमन महादेवाची करुणा भाकत होत्या. या चार

दिवसांत मन असंच अस्वस्थ झालं होतं. मनात ठेचून भरलेलं विचारांचं एखादं लवलवतं रोप कधी कधी असं बाहेर यायला बघायचं. खडकाच्या भेगेतून बाहेर येऊ पाहणाऱ्या लसलसत्या कोंबागत ते असं आतून जाणिवेचे धक्के द्यायचं. ते असे धक्के देणं, मग सुधाताईंचं मनच सैरभैर करून टाकत असे.

चार दिवसांपूर्वी?

हो, चार दिवसांपूर्वीच. त्या अशाच संध्याकाळच्या वेळी महादेवाच्या मंदिरात आल्या होत्या. रोज येत होत्या, तशाच! सेवानिवृत्त झाल्यापासून सूनबाई अन् मनोहर ऑफिसमधून घरी आले, चहा झाला की, सुधाताई घराबाहेर पडत, ते तडक या मंदिरात. रात्री तर त्यांना जेवायचंच नसे. नातवंडे, सूनबाई, मनोहर आणि ते घर, यांच्याबरोबर त्या संध्याकाळपासून ते दुसऱ्या दिवशीच्या सकाळपर्यंत त्यांचा जणू काही संबंधच नसे.

मंदिरात कधी कथा चाले, कधी पुराण, कधी भजन! पण तिथे बसलेल्या सुधाताई तिथे असूनही मनानं वाचत असत ती स्वतःच्या जीवनाची पानं! तो मंदिरातला वेळ जणू फक्त त्यांचा असे. त्यांचा एकटीचा! अन् भरल्या संसारात राहूनसुद्धा केलेला तो प्रवास... तोही त्यांचा एकटीचाच होता, फक्त त्यांचा!

त्याची आठवण, हेपण एकटीचंच विश्व असे. अनेक प्रश्नांची उत्तरं त्यांना हवी होती, आयुष्य संपण्यापूर्वी! प्रश्न फक्त त्यांचे होते. उत्तरं कोण देणार?... ते त्यांना ठाऊक नव्हतं. ते प्रश्न... कधी या महादेवाच्या गळ्यातल्या सर्पासारखे सतत समोर फडा काढून समोर उभे राहत, कधी मनात अंगार पेटवून जात, तर कधी स्वतःचंच मन गंगाजल शिंपून त्यांना शांतवत असे. जीवन असं सावरतच वाटचाल करीत होतं... अन् चार दिवसांपूर्वी...

चार दिवसांपूर्वी मंदिरातून तिन्हीसांजेच्या वेळी घरी परत जात असताना अचानक त्यांची नजर मंदिराच्या ओवरीत थकून, श्रांत होऊन बसलेल्या त्या माणसाकडे गेली. डोकीवरचे वाढलेले केसांचे रान, दाढी, खोल गेलेले डोळे, मळके कपडे- फाटकी जीर्ण शाल...

त्याला बघताच सुधाताईंचं पाऊल अडखळलं. क्षणभर सुधाताईंना बघून त्याच्या क्षीण डोळ्यांतही एक चमक उठली.

किती वर्षं? मधे गेलेली वर्षं मोजण्याचं सुधाताईंनी सोडूनच दिलं होतं. त्यांचं जीवन, त्या जीवनाची झालेली होरपळ! वर्षं मोजून, भरून का येणार होती?

सुधाताईंना बघून त्या माणसाचे चमकलेले डोळे, उठण्यासाठी त्यानं केलेली क्षीण हालचाल, काही बोलण्यासाठी हललेले ओठ, ते सारं बघून सुधाताईंनी झटकन आपली नजर वळवली अन् त्या झपाझप चालत राहिल्या. घरी पोचेपर्यंत झपाझप चालून त्यांना धाप लागली होती. बेलच्या बटणावर बोट टेकवून घरात

शिरेपर्यंत त्या धपापत होत्या.

"का गं आई? आज धाप लागली? बरं नाही का?" मनोहरनं काळजीनं विचारलं.

"सुंठ, आलं घालून गरम चहा देऊ का?" सूनबाईनं तत्परतेनं विचारलं.

"काही नाही रे. जरा भराभर चालले ना, म्हणून धाप लागली. बरी आहे मी!"

माठातलं पेलाभर थंडगार पाणी ढसाढसा पिऊन, सुधाताई स्वत:च्या खोलीत आल्या.

त्यांनी कॉटवर बसून जपमाळ हाती घेतली, तसे मनोहर, सूनबाई खोलीचा दरवाजा बंद करून हळूहळू बाहेर गेले. सुधाताईंची बोटं माळेवरून पुढं पुढं सरकत होती... अन् मन! मागं मागं...

...अशीच रात्र होती. चार वर्षांच्या मनोहरला पुढ्यात घेऊन, याच खोलीत जमिनीवर खाली अंथरूण घालून सुधाताई झोपल्या होत्या अन् वरच्या या कॉटवर... श्रीधरपंत. कॉटवरच्या श्रीधरपंतांना झोप लागत नाहीये, हे त्यांच्या चाललेल्या चुळबुळीवरून अंधारातसुद्धा सुधाताईंना समजत होतं.

"काही होतंय का? गरम दूध घेता?"

त्या प्रश्न विचारत होत्या; पण 'हो', 'नाही', 'झोप तू' यापलीकडे उत्तर आलं नाही. दिवसभराच्या कामानं थकून, सुधाताईंचा मग डोळा लागला. सकाळच्या चाहुलीनं जाग आली. कॉटवर श्रीधरपंत नव्हते. 'आज आपण इतक्या गाढ कशा झोपलो?' या विचारानं त्या ओशाळवाण्या झाल्या. अंथरुणं, केरवारे, अंग धुणं, मनोहरला न्हाणवणं, जेवण करणं सारं झालं. ऑफिसची वेळ झाली. तरी श्रीधरपंतांचा पत्ता नव्हता.

'काय झालं असेल? परस्पर ऑफिसला कसे जातील? तोंड न धुता? अंघोळ न करता? आजवर असं कधी झालंच नव्हतं. मग नेमकं आजच काय झालं?'

या अस्वस्थ विचारात न बोलता, न जेवता दुपारची वेळ तर संपली. संध्याकाळी शेजारीपाजारी, मुलं, पुरुष सारे घरी परतले. श्रीधरपंत सोडून सारे! मग मात्र सुधाताईंच्या काळजानं ठाव सोडला. शेजारीपाजारी, गल्लीभर न् गावभर बातमी पसरली. भाऊ, दीर, जावा सारे भेटून गेले. ऑफिसचे लोक येऊन गेले. कुठेतरी चिठ्ठी-चपाटी ठेवली असेल, म्हणून सारं घर उलथंपालथं करून झालं.

"भांडण झालं होतं?"

"कर्ज?"

"काही भानगड? अफरातफर?"

हे तर समोर समोर विचारलेले प्रश्न! प्रेमापोटी, मदतीपोटी, उत्सुकतेपोटी. त्यांची उत्तरं सुधाताई काय देणार होत्या? पण...

"अहो, या सुधाताई अशा वेंधळट ध्यान! श्रीधरपंत कसा उमदा माणूस!"

"कसा संसार करणार? अन् बाई भांडखोर काही कमी नाहीत. रोज रात्री भांडण!"

"...बिचारा! परागंदा होईल नाहीतर काय करील? घ्या म्हणावं आता, पोळपाट-लाटणं हाती!"

असे एक ना अनेक वाग्बाण रोज चौफेर येत होते. विद्ध सुधाताईंना पिंजून काढत होते. गुडघ्यात मान घालून, घट्ट ओठांनी सुधाताई सारं ऐकत होत्या.

सारं जीवनच एक प्रश्न बनलं होतं, ज्याचं उत्तर फक्त सुधाताईंनाच शोधायचं होतं. इतर सारेच सभोवतालचे प्रश्नार्थक-निरर्थक चेहरे. केवळ प्रश्नच विचारणारे अन् उत्तरं शोधण्याचं त्राणच संपवणारे! अर्थहीन. हेही बरेच दिवस चाललं.

एके दिवशी सुधाताई निश्चयानं उठल्या अन् डॉ. फडकेंच्या दवाखान्यात आया म्हणून कामाला लागल्या. गादी पुसणं, बेडपॅन देणं यांपासून स्पंज करणं यांसारखी सर्व कामं अंगमेहनतीनं करू लागल्या.

छोट्या मनोहरला शाळेत घातलं. आयाचं काम करता-करता त्या नर्स झाल्या. प्रत्येक पेशंटला, पहिलटकरणीला, बाळंतिणीला सुधाताई हव्याशा वाटू लागल्या. डॉ. फडके आणि डॉक्टरीणबाईंनीपण दवाखाना सुधाताईंवर निश्चिंत मनानं सोपवला. मनोहर मोठा होत चालला होता. ऋतू येत होते, जात होते. मनोहरचं शिक्षण पूर्ण होणं, नोकरी लागणं, लग्न होणं, सारे बदल वेगानं होत होते.

बदलल्या नव्हत्या फक्त सुधाताई! त्यांचं साधं सुती पातळ, चेहऱ्यावरचं मार्दव, कपाळभर कुंकू, गळ्यातलं मंगळसूत्र... अन् मनात चाललेली अखंड उलाघाल. तो प्रश्न! डंख देणारा.

का? का त्यांना घर सोडून जावं असं वाटलं असेल? जाताना, सांगावं असंही का वाटलं नसेल? आपला मनोहरचा, एवढाही पाश त्यांना बांधून ठेवू शकला कसा नाही? हे असं कसं जीवन? मी इथे अशी जगते आहे. तिथे ते काय करीत असतील?

हा मनोहर आता मोठा झाला. माती आणि पाणी मिळालं की रोप वाढतंच. पण मातीचा, पाण्याचा अन् रोपाचा नेमका संबंध कोणता? हे फुलणारं फूल. त्याचा सुगंध वाहणारा वारा अन् तो सुगंध भोगणारे आपण... या सर्वांचं नेमकं नातं कोणतं?

चार दिवसांसाठी पाहुणं म्हणून हा जन्म मिळतो अन् त्यात इतका गुंता? इतके प्रश्न? की त्यांची उत्तरं शोधण्यातच दमछाक व्हावी?

या सर्व प्रश्नचक्रात सुधाताई अखंड हरवलेल्या असत. आता या क्षणी जपमाळ ओढतानासुद्धा प्रश्नांचं मोहोळ, असंच सभोवती उठलं होतं.

गेले चार दिवस त्या मंदिरात जात होत्या; पण ओवरीत बसलेला तो दुबळा माणूस, त्याचे क्षीण डोळे, सुधाताईंना बघून त्याच्या ओठांची होणारी किंचित हालचाल, ते सारं दिसलं की सुधाताई झपाट्यानं घर गाठत. खोलीमधल्या कॉटवर बसून जपमाळ हाती घेत... मागं... पुढं.

जिवाची न सोसणारी उलाघाल आयुष्यभर तर सोसतच आल्या होत्या. पण या चार दिवसांनी त्यांना अंतर्बाह्य पिंजून काढलं होतं. कर्तबगार मनोहर, गुणी सूनबाई, गोजिरवाणी नातवंडं, सजून-सवरून उभा राहिलेला सभोवारचा तो संसार. त्यांचं कशातच का मन लागत नव्हतं. गेले चार दिवस, मंदिराच्या ओवरीत बसणारा तो क्षीण, दुबळा माणूस श्रीधरपंत तर नव्हते? इतक्या वर्षांनी? या अवस्थेत, याच गावी ते परत आले असतील? पण का? या सर्व विचारांना त्या कटाक्षानं दूर सारत होत्या आणि पुन:पुन्हा तिथेच अडखळत होत्या. प्रश्न फक्त त्यांचे होते अन् उत्तरंही त्यांच्या त्याच देत होत्या.

असतीलही ते श्रीधरपंत. आता त्यांचा आपल्याशी संबंधच काय? संबंध तेव्हाच संपला, जेव्हा चार वर्षांचं पोर पुढ्यात घेऊन आपण त्यांच्या विश्वासावर निश्चिंतपणे झोपलो होतो. त्यानंतर जाग आली, ती जन्मभर न झोपण्यासाठी.

मनोहर आता मोठा झालाय. त्याचं जीवन सुरू झालंय. संसार उभा राहिलाय. आपण यामधल्या फक्त एक दुवा आहोत. मग आपलं कोण? छे? आपलं काहीच नाही. आपलं होतं ते सोसणं अन् भोगणं. बस्स!... का? का त्यांनी घर सोडलं असेल? बस्स! मिळालंच तर त्याचं उत्तर हवं आहे. आणखी काहीच नको आहे आता! या सर्व आवर्तात सुधाताई गेले चार दिवस गरगरत होत्या. कुणाशी बोलत नव्हत्या.

नेहमीप्रमाणं संध्याकाळी मनोहर, सूनबाई घरी आले. चहा झाला. आज मंदिरात जावं असं सुधाताईंना वाटेचना.

"आई, आज मंदिरात जाणार नाहीस?" मनोहरनं विचारलं.

आईनं जावं अशी सूचनाच! ती समजून, सुधाताई उठल्या. कोयरी, वाटीत तांदळाचे दाणे, बिल्वपत्र अन् अभिषेकासाठी छोटी झारी भरून पाणी घेऊन, अंगावरची साडी जरा ठाकठीक करून जड पावलांनी मंदिराकडे निघाल्या. मंदिराच्या कमानीत आल्या. अभावितपणे ओवरीकडे त्यांचं लक्ष गेलं. तिथे जमलेली गर्दी बघून त्या चमकल्या अन् ओवरीकडे धावल्या.

ओवरीतला तो माणूस आडवा पडला होता. श्वास संथ सुरू होता. नजर क्षीण झाली होती. गर्दीतून पुढं सरकत सुधाताई त्या माणसाजवळ पोचल्या. तो काही क्षणांचाच सोबती होता. त्याच्या कोरड्या ओठांवर त्यांनी झारीतलं पाणी हलकेच सोडलं. थंड पाण्याचा घोट आत गेला न् गेला तोच सारं पाणी ओठांच्या कडेतून

बाहेर ओघळलं. मान कलली. निस्तेज, उघड्या डोळ्यांची नजर जाता-जाता सुधाताईंच्या चेहऱ्यावर लागली अन् मालवली.

आतमध्ये महादेवावर अभिषेकपात्रातून थेंब थेंब अभिषेक होत होता. इथे सुधाताईंच्या डोळ्यांतल्या अश्रूंचा अभिषेक त्या कोरड्या ओठांवर...

"अरेरे! बिचारा! कोण कुणाचा कोण जाणे– "

"पुण्यवान हो. देवाच्या दारात मरण आलं." आवाज, कुजबुज वाढत चालली तशा सुधाताई हळूहळू मागं सरत घराच्या वाटेकडे निघाल्या. घरी येऊन खोलीचा दरवाजा घट्ट बंद करून, अंधार करून, गुडघ्याची मिठी घालून त्या कॉटवर खाली मान घालून गप्प बसल्या होत्या.

आत्ताच मरताना ज्याच्या तोंडात पाणी घालून सुधाताई आल्या होत्या, तो- तो माणूस, सुधाताईंचा नवरा श्रीधरपंतच होते.

नवरा? त्यांच्या गळ्यातलं मंगळसूत्र. कधी त्यानं बांधलेलं होतं. त्याच्या नावाचं कुंकू त्यांच्या कपाळावर होतं, बस्स! इतकंच त्याचं अन् सुधाताईंचं नातं! त्यानं तोडलेलं... अन् सुधाताईंनी जपलेलं.

'शेवटी या नात्याचा ताळमेळ कसा घालायचा? तो आपला नवरा घर सोडून का गेला होता? आणि शेवटी इथेच का परतला? शेवटचं पाणी आपल्या हातूनच कसं घातलं गेलं?'

प्रश्नांच्या आवर्तानं सुधाताईंना पुन्हा घेरलं होतं. किती वेळ गेला होता कोण जाणे. वाहत्या अश्रूंनी वेळ वाहून गेला होता. अचानक दरवाजाची कडी जोरानं वाजवल्याचा भास झाला. मनोहरच्या हाका ऐकू आल्या. सुधाताईंनी दरवाजा उघडला. खोलीतल्या दिव्याचं बटण लावून मनोहर म्हणाला,

"आई, आई बाबा..."

त्याच्या तोंडातून शब्द फुटत नव्हता. रडत रडत तो म्हणाला,

"देवळात एक माणूस मरून पडला आहे. बेवारशी. त्याच्या शर्टाच्या खिशात एक चिठ्ठी सापडली. तो मेलेला, बेवारशी माणूस... बाबा आहेत आई. माझे वडील!"

सुधाताई तारवटल्या नजरेनं रडणाऱ्या मनोहरकडे बघत होत्या.

"वडील? तुझे वडील? केवळ एका चिठ्ठीनं तुझं नातं जडलं? त्या बेवारशी माणसाशी? ज्यानं चार वर्षांच्या तुला अन् मला बेवारशी केलं होतं?"

आईच्या कोरड्या उत्तरानं मनोहर चमकला. सूनबाई हादरून गेली.

आईला भ्रम तरी झाला नाही? या विचारानं मनोहर पुन्हा म्हणाला,

"चिठ्ठीनं कसं नातं जडेल आई? ते रक्ताचं नातं. तिथे जे मरून पडले आहेत, ते माझे वडील आहेत. मला जन्म देणारे." मनोहरचा आवाज सद्‌गदित झाला.

“हो, केवळ जन्म देणारे. त्यानंतर ते नातं संपलं. त्यांनी संपवलं. होय मनोहर, ते तुझे जन्मदाते वडील आहेत. गेले चार दिवस मी त्यांना बघत होते.”

“अगं, मग...”

“हो, मी त्यांना घरी आणलं नाही आणि तूही आता त्यांना या घरात आणू नकोस. या घराशी त्यांनी संबंध संपवला होता, तो बाहेरच संपवून टाक. रक्तानं, धर्मानं तू त्यांचा मुलगा. त्यांचं क्रियाकर्म नीट कर. खरे भाग्यवान तेच आहेत मनोहर, देवाच्या दारात मरण आलं. प्राण जाताना पत्नीनं तोंडात पाणी घातलं. आणि तू, त्यांचा मुलगा क्रियाकर्म करणार आहेस. बेवारशी होतो आपणच... नव्हे फक्त मी. जा मनोहर. सारं तर्पण करताना याचंही तर्पण कर. तो पाशही तुटलाय.”

‘उगीचच जपत आले. भार वाहिला. जन्मभर उगीचच.’ गळ्यातलं मंगळसूत्र काढून सुधाताईंनी मनोहरच्या हातात ठेवलं. सारं संपलं होतं. साऱ्या जीवनाचं तर्पण झालं होतं.

उरला होता फक्त प्रश्न!

तो प्रश्न - ज्याचं उत्तर शोधणंही आज संपून गेलं होतं...

प्रश्नचिन्हानं भरलेली वाटच संपली होती.

◆

रियाज

इकबालनं कूस बदलली. पण छे, आता झोप लागणार नाही हे त्यानं ओळखलं. किती वेळ झाला तो जागाच होता. एकदा जागं झालं की परत झोप येत नाही, हे त्याला आता अनुभवानं समजलं होतं. अलीकडे असंच व्हायचं. मध्यरात्रीचीच जाग यायची. मग पहाटे मशिदीतून अजान कानावर येईपर्यंत अशी तळमळत अर्धी रात्र सरायची आणि त्यामधला प्रत्येक क्षण खुर्शीदच्या आठवणीत जायचा. ही ओढ कधी निर्माण झाली तेपण त्याला आठवत नव्हतं. लहानपणापासून तो तिला बघत होता. दोन्ही घरं अगदी जवळ जवळच होती. जाण्यायेण्याचे रस्ते एक होते. मामूजानचा हात धरून डोकीवरची ओढणी सावरत छोटी खुर्शीद इकबालच्या घरी यायची, तेव्हा छोटा इकबाल अब्बाजानच्या मांडीवर बसलेला असे. त्याला सावरत अब्बाजान सारंगीवर लडिवाळ सूर छेडत असत. खुर्शीद टपोऱ्या डोळ्यांनी त्यांच्या हातातल्या वर-खाली होणाऱ्या गजाची हालचाल बघत असे. तिच्या मामूजानला तसलं काही येत नव्हतं. म्हणून खुर्शीद घरी आली की इकबालला उगीचच भाव चढायचा. तिच्या टपोऱ्या डोळ्यांत अब्बाजानबद्दल जे कौतुक दिसे, ते बघण्यातच त्याला मजा वाटे.

ते टपोरे डोळे आठवले तसा तो उठला आणि बैठकीच्या खोलीत आला. त्यानं खिडकी उघडली. टपोऱ्या चांदण्या लखलखत आभाळभर मिरवत होत्या. इकबालच्या नजरेत हसू उमटलं. लियाकतच्या शादीत त्या रात्री खुर्शीदनं अशीच काळीभोर पण पांढऱ्या चकचकीत कलाबूतचं काम केलेली ओढणी

माथ्यावर घेतली होती. त्या काळ्या ओढणीमधला तिचा देखणा चेहरा कळत नकळत समोर उभा राहिला. या घडीला! अलीकडे हे असंच व्हायचं. मनाचा गोंधळ लपवायचा म्हटलं तरी लपत नव्हता. कोणत्याही कामावर मन स्थिर होत नव्हतं. अब्बाजान काय शिकवतात हे समजत नव्हतं. रियाज करताना सूर, मध्येच तारेतच रुतून बसे. हट्टी मुलासारखा. तो तिथून, समजुतीनं चुचकारून जागेवर पोचवेपर्यंत त्रेधातिरपीट उडत असे. अशा साध्या साध्या चुका त्याच्या हातून होतातच कशा, अशा विचारांनी अब्बाजान रागवून जात; पण हे इकबालच्या ध्यानात येत असे.

खरंच अलीकडे त्याचं मन कुठेच लागत नव्हतं हेच खरं. संध्याकाळी किंवा पहाटेच्या वेळी रियाज करताना सदासर्वकाळ एकच ध्यास मनाला लागून राहायचा. खुर्शीदबानू आणि तिला भेटण्याची ओढ. ती ओढ त्याला बेचैन करून टाकत असे.

इकबालनं मनाला फटकारलं. ही वेळ होती नमाज पढण्याची, रियाज करण्याची. आपलं मन अलीकडे विलक्षण बेचैन झालंय. कुठे म्हणजे कुठेच लक्ष लागत नाही, हे त्याला जाणवायचं; पण मन जे पाखरागत हातातून निसटलं होतं ते निसटलंच होतं. हे बरं नव्हतं.

त्यानं चटई अंथरली. मन एकाग्र करून नमाज पढला आणि तो बैठकीकडे वळला. शुभ्र बिछायतीवर रेशमी अलवणाखाली दोन सारंग्या झाकून ठेवल्या होत्या. ते रेशमी वस्त्र हातानं दूर करून त्यानं सारंगी मांडीवर टेकवली आणि उजव्या हातात गज घेऊन नजाकतीनं नाजूक सूर छेडला.

साची कहेत हैं सदा रंग -
ये बात पिया री -
दादर मोर पपीहा बोलत
पियू पियू कर जियात सदा
रैन अंधेरी जिया डराये -

हात आसावरी छेडत होते. तानांच्या लडी उलगडत होत्या. सुरांनी त्याच्याभोवती पिंगा धरला होता.

इकबालनं डोळे मिटले होते. मात्र मिटल्या नजरेसमोर सूर नव्हते. सुरांनी फेर धरलेला असतानाच त्याच्या नजरेसमोर मात्र त्या दिवशी संध्याकाळी बघितलेले, आभाळभर सांडलेले रंगच या क्षणी दिसत होते.

आभाळ शेंदरी रंगानं माखलं होतं. दसऱ्याचे दिवस जवळ आले होते. उघड्या गच्चीवरून उभं राहून पतंग उडवण्याचे ते दिवस होते. निळं, पिवळं, शेंदरी

आभाळ आणि त्याच्याशी स्पर्धा करणारे ते रंगीबेरंगी पतंग. त्या दिवसांत कुणाचंच कामात लक्ष लागत नसे. दुपारपासून पतंग उडवणं रंगे आणि रात्री गरब्यांचा, रास-टिपऱ्यांचा जल्लोष साऱ्या शहरात उडून जाई. आपल्या गच्चीवरून इकबालनंही भला मोठा लाल पतंग आभाळात सोडला होता.

''भाईजान, वो लाल पतंग हैं ना, वो बडासा? त्याला कटवू या.'' खुर्शीदच्या, लाडक्या बहिणीच्या हट्टानं लियाकतनं आपला पतंग इकबालच्या लाल मोठ्या, चौकोनी पतंगाजवळ खेचायला सुरुवात केली. इकबालचं तिकडे लक्षच नव्हतं. पलीकडच्या गच्चीवर खुर्शीद आणि तिच्या सहेल्या या दोन पतंगांकडे कौतुकानं बघत होत्या. कुसुंबी रंगाची ओढणी, हिरवाकंच कमीज, तांबूस कुरळ्या केसांच्या रुळलेल्या बटा कपाळावर आणि दोन्ही खांद्यांवर आलेल्या दोन लांबसडक वेण्या! कितीतरी दिवसांनी त्यानं खुर्शीदला पाहिलं होतं.

ही खुर्शीद? तो तिला विसरूनही गेला होता. मधल्या काळात अब्बाजाननी त्याला गंडाबंधनही केलं. त्या दिवसापासून तो अन् सारंगी हेच त्याचं विश्व बनलं होतं. भूपपासून सारे राग, त्यांचे आरोह-अवरोह, त्यांतली रागदारी, ताना, सुरावटी यांतच तो रमलेला होता. मित्रांत फिरणं, भटकणं कमी झालं होतं. अब्बाजान शिकवत होते. तो शिकत होता. त्याच्या इमानदारीनं केलेल्या रियाजावर अब्बाजान खूश होते. पंधरा वर्षं सरली होती. जग बदललं होतं. इकबालला सुरांची वाट गवसत होती. त्या नाजूक तारा, त्यांना झंकारणं, हवा तो सूर अलगद छेडणं त्याला जमत होतं. तो स्वतःवर खूश होता. सारे सूर जणू त्याच्या हातात आले होते. आता तो स्वतः राग फुलवू शकत होता. नकळतच एखादी तान अशी सळसळत येई की त्याचं त्यालाच नवल वाटे. अब्बाजान म्हणत,

''बेटा, मेहनत का फल मीठा होता हैं। लेकिन मंजिल बहोत दूर हैं। अजून खूप लांबचा पल्ला गाठायचा आहे.'' त्याला अशा वेळी खूपच राग येई. इतकी मेहनत घेतो आहे, पण अब्बाजानचं कधी समाधान नाही. त्या दिवशी म्हणूनच रियाज सोडून घुश्शातच तो गच्चीवर आला होता.

अरे, हे जग आपण विसरलोच होतो. सारीकडे पतंगच पतंग. साऱ्या गच्चीवर माणसंच माणसं होती. ते काही नाही. आता रोज संध्याकाळी रिजाय बंद. जन्म सरेल, पण अब्बाजान कधी शाबासकी म्हणून देणार नाहीत. स्वतंत्र बैठकीची आमंत्रणं येत आहेत; पण अजूनी अब्बाजान परवानगी देत नाहीत, इकबाल आतून धुमसत राही.

गेली पंधरा वर्षं! पंधरा वर्षं त्याचं जगणं सारंगीच्या नाजूक तारांशी जखडूनच गेलं होतं. त्याचं हिंडणं, फिरणं, मित्रांसोबत भटकणं या सर्वांना त्या तारांनी जणू बंदिस्त करून टाकलं होतं. पहाटे, दुपारी, संध्याकाळी तो मन लावून अब्बाजानकडे

सारंगी शिकत असे. रियाज करून करून बोटं भरून येत; पण अब्बाजानचं समाधान होत नव्हतं. मनात आलं तर शाबासकी देत, नाहीतर आपल्या पांढऱ्या दाढीवरून हात फिरवत. त्यानं वाजवलेली सारंगी नुसती ऐकत. इकबालला त्या सर्वच गोष्टींचा खूप कंटाळा आला होता. हाती सारंगी धरून गजांच्या तारांवरून होणाऱ्या शुष्क, नीरस हालचालींबरोबर दिवस उगवत होता, मावळत होता.

त्या दिवशी अचानक खुर्शीद दिसली आणि मनात वेगळाच राग झंकारायला सुरुवात झाली. लियाकतला खुर्शीद आणि तिच्या सहेल्या चिडवत होत्या. लियाकतचा निळा पतंग लहरत लहरत इकबालच्या मोठ्या लाल पतंगाकडे येऊ लागला. इकबालनं सावधपणानं हातातला मांजा सैल सोडला अन् बघता-बघता हातातला गज थिरकून सूर निघावा तसा त्यानं हाताला झटका दिला. त्याच्या मांजानं लियाकतच्या पतंगाच्या मांजाला वेढा घातला होता. एखाद्या तानेला अलगद सुरात लपेटावं तसं लियाकतचा निळा पतंग अलगद खेचून इकबालच्या दिशेनं तरंगत आला. लियाकतच्या दिशेकडे त्यानं पाहिलं. खुर्शीद अन् मैत्रिणी हिरमुसल्या होत्या; पण लियाकतनं हसून हात हलवला. इकबाल हसला. त्यानं दोरा गुंडाळायला सुरुवात केली. निळा आणि लाल दोन्ही पतंग खाली उतरत होते.

जिन्यावर पावलं वाजली. पलीकडच्या गच्चीवरचा सारा ताफाच इकडे आला होता. निळा पतंग खुर्शीदच्या हाती देत इकबाल हसत म्हणाला,

"अगदी तसाच आहे. कुठेही फाटला नाही. घ्या."

तेच लहानपणीचे टपोरे डोळे. पण आता त्यांत साऱ्या आभाळातले रंग उतरले होते. चेहरा नाराज होता. पण डोळे, भुवयांच्या कमानी सारं रंगून गेलं होतं. पाठीमागं रंगीत आभाळ, आभाळभर लहरणारे सैरभैर पतंग आणि समोर उभी असलेली ती मुग्धा! आज गवसलेला हा राग, ही सुरावट वेगळीच होती.

दिवसरात्र. सारंगीच्या आराधनेत गुंतलेल्या इकबालच्या मनाला त्या अपरिचित सुरावटीचा मोह पडला. मनावरचा सारा ताण सैल झाला आहे हे जाणवलं. हे जग इतकं सुंदर, लोभसवाणं, अवतीभोवती असं मस्तपणे गिरकत असताना आपण मात्र गेली पंधरा वर्षं फक्त तो दिवाणखाना, सारंगीचे सूर अन् कधीच प्रसन्न न होणारे अब्बाजान यांच्यातच गुंतून गेलो आहोत. इकबालला स्वत:चाच राग आला.

"इकबाल, यार, आज तू तर आम्हाला हरवलंस. ही बघ खुर्शीद कशी रागावलीय? लहानपणापासून राग तसाच नाकावर आहे. अगदी तसाच आहे." लियाकत आपल्या बहिणीला- खुर्शीदला- चिडवत म्हणाला.

"इतक्या रागावलात? मी किती दिवसांनी आज पतंग हाती घेतला. तुमचा

राग ओढवून घेण्यापेक्षा हार घेणं मला परवडलं असतं.'' इकबाल हसत म्हणाला.

''इकबाल यार, आता सर्वांना खूश करायचं असेल तर उपाय एकच! तुझी सारंगी आण. ही आमची दिवानी रोज तुझा रियाज ऐकत असते. सुरांची वेडी आहे फार... लहानपणापासून.'' लियाकतनं खुर्शीदकडे बघत म्हटलं. ते ऐकून इकबाल चमकला. टपोरे डोळे पापणीआड लपले होते. हात वेणीशी चाळा करीत होते.

केसरीया बन फूल
रंग छायो...

इकबाल सारंगीवर धून आळवत होता. सारे जण नि:स्तब्ध होऊन सुरांची ती धुंद सजावट ऐकत होते. केसरी बनलेलं मनाचं फूल कुसुंबी रंगात भिजून चिंब होत होतं.

ती संध्याकाळ अन् तशा अनेक संध्याकाळी मग रंगतच गेल्या न बोलता! बोलत असत सारंगीचे सूर. समोरच्या गच्चीवर उभी असूनही खुर्शीद त्या सुरांवरून अलगद जवळ असलेली इकबालला जाणवे.

आता या क्षणीसुद्धा आसावरीच्या धुंद सुरांनी तो पार हरवून गेला होता. तारांवरून गज फिरता फिरता नकळत हात थांबला होता. मन आठवात दंग झालं होतं. ते दोघांमधलं अबोलपण, अंतर कधी संपणार होतं की नाही? किती दिवस असं सारंगीशी जखडून राहायचं?

म्हणे मोठा सारंगीया हो!

घराण्याचं नाव उजळ!

अब्बाजानना काय जातंय सांगायला?

मला सारंगीया व्हायचंय की नाही, हे समजायच्या आत सारंगी माझ्या हाती दिली. मला शिकायचं होतं. वकील व्हायचं होतं. पण सारंगीयाचा पोरगा सारंगीयाच होणार. त्याचं मन, आवडनिवड विचारायची कुणी? कुणाला गरजच वाटली नव्हती, विचारात हरवलेला इकबाल दचकला. दारात अब्बाजान उभे राहून त्यालाच बघत होते. ''बेटा, वाजव ना. थांबलास का?'' पुढं येत ते म्हणाले.

''पहाटेपासून वाजवतोच आहे ना...'' तुटकपणानं तो म्हणाला.

''अरे, ऐकतोय मी! आसावरीतच अडकून राहिलास? म्हणून तर मी उठून पाहायला आलो.''

''कंटाळा आला.'' सारंगी झाकून ठेवत इकबाल म्हणाला.

''बेटा, आजकाल तुझं चित्त नाही लागत ते आलंय माझ्या ध्यानात. आज मेहनत केलीस तर उद्या मोठा होशील.''

''अब्बाजान, पंधरा वर्षं शिकतो आहे. अजूनही तुमचं समाधान होत नाही.''

हसून अब्बाजान म्हणाले, "बस्स? पंधरा वर्षंच? त्यांतली पहिली पाच तर गेली सारंगी हाती धरण्यातच. बेटा, सारा जन्म साधना केली तरी एखादीच मैफल हाती गवसते. सभोवती फिरणारे सूर पकडता येणं आणि ते दुसऱ्यांच्या काळजात अचूक पोचवणं हे सोपं नव्हे. माझा एक दोस्त लखनौला होता. त्यानं एक गुरू शोधला गाणं शिकण्यासाठी; पण गुरूंनी त्याला कधी गाणं शिकवलंच नाही. सेवा मात्र करून घेतली. रोज तो त्यांचं जेवणखाणं बनवायचा. झाडलोट करायचा. पण गुरुजी शिकवण्याचं नाव काढत नव्हते. रोज तो आपल्या गुरुजींना तेलानं मालीश करायचा. जसा त्याचा हात मालीश करीत जाई, तसे गुरूंचे सूर उमटायला लागत. ते सूर अधिऱ्या कानांत तो साठवत असे. त्या ताना, हरकती सारं ऐकत ऐकत तो गाणं शिकत होता. शिकण्याची आर्तता इतकी तीव्रपणे मनातून जागी होती की गुरूंचे तेच सूर विलक्षण आर्त भावानं त्यानं जतन केले. बेटा, आर्तता पाहिजे. नुसते आराखडे बांधून ताना, मात्रा गाठून समेवर येणं, यानं क्वचित मैफल रंगेल; पण ते गाणं, ते सूर खरे नव्हेत. ती सुरांची भुलावण असते. क्षणभराची मोहिनी. पण त्यानं रसिकांच्या काळजाला हात घालता येणार नाही."

इकबाल चूपचाप ऐकत होता. पण कपाळावर नकळत आठी उमटली होती. "आबा, काल मैफलीचं आमंत्रण घेऊन रसिकपूरची मंडळी आली होती; पण आपण सुपारी स्वीकारली नाहीत. असं किती दिवस चालणार? लोकांना माझी सारंगी आवडते, म्हणून तर मला बोलावतात ना? आणि आपण त्यांना परत पाठवता. त्यांचा अपमान होतो." इकबाल रागात होता.

"बेट्या, अपुऱ्या साधनेतच जर मैफली घेऊ लागलास तर पुढचं शिकणंच बंद होईल. एकदा त्या कौतुकाची, मानसन्मानाची, स्तुतीची सवय लागली की कलावंत संपतो. साधना थांबते. खूप मिळवल्याचा उगीचच भ्रम होतो. तुझं तसं होऊ नये म्हणून तर मी तुला सावध करतोय. अजून खूप शिकायचं आहे."

"सारे राग तर शिकून झालेत. जे थोडे बाकी आहेत ते पण शिकेन हळूहळू." आढ्यतेनं इकबाल म्हणाला. अब्बाजानच्या ओठांतून हलकेच स्मित उमटले.

"राग तू सारे शिकलायंस खरं आहे. पण ते फक्त सूर आहेत. त्या सुरांत आर्तता नाही. एखाद्या संध्याकाळी मोकळ्या आभाळात टिटवी चित्कारते, ऐकलीस कधी? टिटवीचा आवाज कोकिळेसारखा गोड नाहीच, पण त्या आवाजातल्या आर्ततेत माणसाचं काळीज हलवून सोडण्याचं बळ असतं. ती आर्तता सुरांमधून मनापर्यंत पोचली पाहिजे. बेटा, ही सारंगी अशी आहे की तिच्या एकाच आर्त सुरानं दगड पाझरावा.

बेटा, रोम जळत होतं तेव्हा नीरो फिडल वाजवत होता असं म्हणतात. एवढं साम्राज्य जळून राख होत असताना, मनाला झालेल्या वेदना, यातनांचे कढ

कुणाला सांगणार? जगाला वेळ कुठे असतो, कुणाचं दुःख सांगायला न ऐकायला? ते दुःख तो फिडलमधल्या सुरांतून ओतत असावा. प्रत्येक माणसाच्या मनात एक दुःख साकळून राहिलेलं असतं, न सांगण्यासारखं दुःख, पण खऱ्या कलावंताचे आर्त सूर अशा ठिकाणी पोचतात की ते साकळलेलं दुःख आपोआप डोळ्यांतून पाझरू लागतं. ही आर्तता ज्या दिवशी तुझ्या सुरांना लाभेल, त्याच दिवशी रियाज पूर्ण होईल.''

इकबाल ताठ बसूनच होता. अब्बाजान म्हणाले,

''जा... बेटा, सारंगी घे. आज मारव्याचा रियाज करू.''

मुकाट्यानं इकबालनं सारंगी घेतली. तो मारव्याची धून वाजवू लागला. शुष्कपणे ताना, मात्रा गिरवत होता. पण मन लागत नव्हतं. खुर्शीद... खुर्शीद.

कधी सरणार होतं ते अबोल अंतर? आपलं अंतरंग तिला कधी सांगता येणार होतं की नाही? कसं सांगणार? कधी सांगणार? कोणत्या शब्दांत? त्यांच्या घरी जाऊन तिच्याशी काही बोलावं असा तर रिवाजच नव्हता. आणि काय सांगायचं? इथे तर साधना अजून पूर्ण होत नाही. अब्बाजान त्याला शिक्षण पूर्ण झालं असं कधी म्हणणार होते कोण जाणे. तोवर खुर्शीदशी काय बोलायचं? रोज पहाटे, संध्याकाळी शांत वेळी त्यानं छेडलेले सारंगीचे सूर, लहरींसोबत खुर्शीदच्या घरापर्यंत पोचत होते. अनेकदा ती तिथे उभी राहून ते सूर कानांत साठवताना इकबालनं पाहिलं होतं. तिनं ऐकावं, म्हणून तर मुद्दामच संध्याकाळी रियाजला बसताना आपली बैठक ठरावीक ठिकाणीच तो मांडत असे. बस्स! इतकंच. यापलीकडे काहीच नाही. कधी बोलण्याचा मोकाच नाही. वेळच नाही आली. पण आज... आज मात्र त्यानं तिला भेटण्याचं मनाशी ठरवूनच टाकलं.

त्यानं मारव्याची धून पूर्ण केली आणि सारंगी खाली ठेवली. आज लियाकतला भेटायच्या निमित्तानं खुर्शीदच्या घरी जायचंच. संधी मिळाली तर...

'वो कभी मिल जाये तो क्या किजीये ।' त्याला गजलेची ओळ आठवली. त्याला तरी कुठे ठाऊक होतं?

संध्याकाळी रेशमी झब्बा आणि त्यावर जाकिट चढवून पायांत चढाव घालत अब्बाजानना तो म्हणाला, ''जाऊन येतो.''

बैठकीवर पान लावत बसलेले अब्बाजान प्रसन्नपणे हसले.

''जाऊन ये. जरा फिरून आलास की तब्येत लागेल.''

'तब्येत लागेल? खुर्शीद भेटली तरच! आज मोका मिळाला तर बोलायचंच.' तो मनात म्हणाला.

संध्याकाळची वेळ होती. त्यानं गल्लीला वळसा घातला आणि तो लियाकतच्या घराजवळ आला. चमकला. इतकी गर्दी? चांगली उंची कपडे घातलेली माणसं

अंगणात, गच्चीवर, इथे तिथे उभी होती. हसत होती. सकाळपासून त्याचं लक्षच नव्हतं. या गर्दीतून आत कसं जायचं? तो संकोचून चुपचाप परतणार तोच लियाकतनं त्याला पाहिलं.

"अरे, इकबालखान, दारातूनच परत चाललास? ये, ये ना." लियाकत त्याचा हात धरून आत नेत म्हणाला.

"नको, परत कधीतरी येईन." संकोची स्वरात इकबाल म्हणाला.

"परत... अरे यार... आजचा दिवस परत थोडाच येणार? आज खुर्शीदबानूची सगाई आहे."

लियाकतनं उत्साहानं सांगितलं. अंगावर वीज कोसळावी तसा इकबाल कोसळला.

"बघ, योगायोग कसा असतो? सगाई ठरण्याची बोलणी सुरू करण्यापूर्वीपासून खुर्शीद सारखी तुझी आठवण करायची. त्यांना घरी बोलाव म्हणून मागं लकडा लावला होता."

"कशासाठी?" इकबालनं नकळत विचारलं.

"खुदा जाने! कदाचित सारंगी ऐकायची असेल. सुरांचं असं वेड आमच्या घरी कुणालाच नाही. दिवानी!"

इकबालचा चेहरा उतरून गेला होता. घसा सुकला होता. लियाकत एकदम म्हणाला, "चल, खुर्शीदला भेट. अजून मेहमान आले नाहीत. तुला बघून खूश होईल."

'नको... नको' म्हणत असतानाच लियाकतनं त्याचा हात धरून जिना चढायला सुरुवात केली.

ते दोघं जिना चढून वर आले. एका दारासमोर उभे राहिले. त्या दाराला चिकाचा पातळ पडदा लावला होता.

"बानू."

लियाकतनं आवाज दिला, तशी आतली गडबड शांत झाली. घुंगरांचा नाजूक पदन्यास ऐकू आला. एक विलक्षण जीवघेणी कळ इकबालच्या काळजात उमटली. चिकाच्या जाळीदार पडद्यापलीकडे खुर्शीद उभी होती. अंगावर भरजरी वस्त्रं होती. चेहरा लालबुंद जरीच्या ओढणीनं झाकलेला होता. इकबालचे पाय थरथरत होते. तिनं मान वर केली. त्या अवगुंठनातून तिचे टपोरे डोळे त्याला दिसले. लहानपणापासून ते डोळे तो बघत होता. ते काजळभरले डोळे आज पाण्यानं भरले होते. न बोलता... नेहमीप्रमाणं खूप काही सांगत होते. मेंदीनं रंगलेला हात ओढणीमधून बाहेर आला. त्या हातात एक लालभडक गुलाब होता. पडद्यातून हात बाहेर आला. तो गुलाब इकबालपुढं धरला होता. तो स्वीकारत वाकून इकबाल म्हणाला, "खुदा हाफिज."

लियाकत हसला. म्हणाला, "बानू, रोज त्याची सारंगी ऐकलीस आणि बिदागी फक्त एक गुलाबाचं फूलच! बानू, त्याला आमंत्रण दे. खाना खिलाव. क्यूं दोस्त?"

इकबाल हसला. त्यानं समोर पाहिलं. खुर्शीद पाठमोरी झाली होती. लालभडक ओढणीतून भली मोठी केसांची वेणी, त्यावर माळलेली सुगंधी वेणी त्याला स्पष्ट दिसत होती.

"चल." लियाकतचा हात धरून तो म्हणाला. त्याच्या हातांचा थंडगार स्पर्श झाला तसं लियाकतनं चमकून त्याच्याकडे बघितलं. इकबाल न बोलता जिना उतरत होता आणि तसाच अंगण पार करून चालायला लागला.

"हे कलावंत, लेकाचे असेच लहरी!" लियाकत पुटपुटला. इकबालला कुठे जावं तेच समजेना. तो नदीच्या रोखानं निघाला. शांत वेळ होती. नदीकिनारा शांत होता. आभाळ गुलाबी रंगानं माखलं होतं. शेंदरी, पिवळी किरणं रंगपंचमी खेळत होती. त्याचं लक्षच नव्हतं. एका खडकावर तो बसला. नदीचं पात्र संथपणे वाहत होतं. झाडी नि:स्तब्ध बनली होती. इकबालला सारं असह्य झालं होतं. कुणाला सांगणार? कसं सांगणार? सांगून उपयोग तरी काय होता? हाती होता फक्त एक टपोरा गुलाब! त्याच्या स्पर्शानं, इकबालच्या मनाचा बांध कोसळला. गुडघ्यात मान घालून तो रडत होता. मनात कधी नव्हे ती दु:खावेगाची जाणीव जागी झाली होती. गवसलेलं, जोपासलेलं, अबोल स्वप्न पाखरासारखं हातातून निसटलं होतं. दूर अंतरावर एक पांढरा ठिपका आकाशात दिसत होता, खूप दूर!

बराच वेळानं तो शांत झाला. गावात दिवे लखलखत होते. घरी परतायला हवं. जड पावलांनी तो घराचा रस्ता चालत होता.

बैठकीच्या खोलीत नेहमीप्रमाणे अम्मीजाननं धूप घातला होता. अब्बाजाननी सारंगीवर फुलं घातली होती. खोली शांत होती. ती सारंगी बघताच इकबाल तिच्याकडे झेपावला. त्यानं ते रेशमी वस्त्र दूर केलं. विलक्षण आवेगानं त्यानं सारंगी हृदयाशी धरली. तिच्या बैठकीच्या जागेवर तो गुलाब ठेवला. त्या गुलाबाकडे बघून व्याकूळलेलं मन त्यानं सावरलं. 'रोम जळत होतं तेव्हा...' त्याला शब्द आठवले. त्यानं तारांवर गज टेकवला. नकळत भैरवीचे सूर उमटू लागले...

छोड दे गले बाहे शाम...
भोर भई आंगना
भोर भई आंगना...

तानांचा पाऊस बरसत होता. त्या आर्त सुरांत तो स्वत:च विरघळत होता. तो स्वत:च एक सूर बनला होता. घायाळ आर्त सुरात तो भिजून चिंब झाला होता.

मिटल्या डोळ्यांतून वेदना वाहत होती. नजरेसमोर दिसत होता दूर जाणारा एक मेणा... दूरवर भिरभिरत जाणारं एक घायाळ पाखरू... भान हरपून इकबाल सारंगी छेडत होता. त्याचे त्यालाच ते वेगळेपणात हरवलेले आर्त सूर जाणवत होते. त्याच्या आर्त सुरांनी तोच पाझरत होता. आजूबाजूच्या जगाचं भान त्याला उरलं नव्हतं.

त्याच्या पाठीवर अब्बाजाननी ममतेनं हात ठेवला. त्यांच्या गालावरचे आनंदाश्रू पांढऱ्याशुभ्र दाढीत झिरपत होते. ते पुसत इकबालला मिठीत घेत ते म्हणाले, "बेटा, आज रियाज पूर्ण झाला. उद्याच्या रसिकपूरच्या मैफलीची सुपारी मी स्वीकारली आहे.''

त्यांच्या मिठीतला इकबाल मुक्तपणानं रडत होता. वेदना जागली होती.

◆

अघटित

किती वेळ झाला होता, आरती ताईंच्या कॉटलगतच्या खुर्चीवर बसली होती. संपूर्ण घर शांततेनं भरून गेलं होतं. भिंतीवरच्या घड्याळाचा काटा पुढं हळूहळू सरकत होता. आरती एकटक त्या घड्याळाकडे बघत होती. वेळ संपता संपत नव्हता. ताई आजारी पडल्यापासून हे असंच व्हायचं. पूर्वी दिवस उगवला की, संपायचा कधी ते समजायचंही नाही. ताईंची लगबग साऱ्या घरामधून सुरू असायची. ताई, अनुजा, मनुजा यांच्या संगतीत उजाडलेला दिवस आनंदानं झिरपत झिरपत रात्रीत कधी विरून जायचा, ते पण आरतीला समजायचं नाही.

ताई बऱ्या असताना दुपारच्या या वेळीच त्यांची संध्याकाळच्या खाण्याची तयारी सुरू असायची. मुली शाळेतून आणि निरंजन ऑफिसमधून यायच्या वेळी ताईंनी सर्वांसाठी काहीतरी खमंग खायला करून ठेवलेलं असायचं.

'दमून येतात ना सगळे? त्या वेळी खायला मिळालं तर खरं.' असं त्या म्हणायच्या.

आरती प्रसन्न मनानं घरातून वावरत असायची. ताईंनी तिच्यासाठी केलेला जुईचा गजरा उमलून आलेला असायचा. त्याच्या गंधानं संध्याकाळ आणखीनच प्रसन्न व्हायची. त्याच ताई अशा अचानक आजारी पडल्या आणि सारं घरच कसं सुन्न झालं. वेळ संपता संपत नव्हता. सकाळी, दुपारी, संध्याकाळी त्या घरामधून वावरताना, आरतीचं लक्ष सदा कॉटवरच्या ताईंकडे लागून राहायचं. हात काम करीत असायचे, पण लक्ष सारखं ताईंच्या खोलीकडे असायचं.

दुपारचे तीन वाजले होते. आरतीनं कढत कॉफीचा कप आणला. ताईंच्या गळ्याजवळ नॅपकिन ठेवून चमचा-चमच्यानं ती त्यांना कॉफी पाजत होती. ताईंनी डोळे उघडून आरतीकडे पाहिलं. त्यांना आरतीची ओळख पटली. क्षीण नजरेत थोडी टवटवी आली. डावा हात त्यांनी चमच्यापर्यंत कष्टानं नेण्याचा प्रयत्न केला. त्यांना आणखी कॉफी नको होती. बोलण्यासाठी ओठांची हालचाल झाली; पण शब्द उमटले नाहीत. बोलता येत नाही या दुःखानं त्यांनी मान हलवली. डोळ्यांतलं पाणी उशीवर पडलं. आरतीचा जीव कळवळला. तिनं आपल्या पदरानं त्यांचे डोळे पुसले. नॅपकिननं त्यांचे ओठ टिपून घेतले. हातामधला कप शेजारच्या बैठ्या टेबलावर ठेवून, ती ताईंच्या कपाळावरून, पांढऱ्या केसांवरून मायेनं हात फिरवत म्हणाली, ‘‘त्रास नका करून घेऊ ताई. बरं वाटेल तुम्हाला. हो, डॉक्टरच म्हणाले तसं काल. या नव्या औषधानं लवकर गुण येईल तुम्हाला. सारी शक्ती भरून येईल तुमची. आपण खूप बोलू त्यानंतर. तुमचं बोलणं असं अचानक बंद होईल, हे मला माहिती असतं ना ताई, तर आपण खूप बोललो असतो. त्यापूर्वीच! रोज किती बोलत होतो आपण? पण किती बोलायचं अजूनही राहून गेलंय, हे आता समजतंय मला ताई. पण तुम्ही बऱ्या व्हालच. मग सगळं बोलू. मला खूप भीती वाटतेय ताई. कशाची भीती वाटते, ते पण सांगेन मी. ते सांगायचं राहूनच गेलं ना ताई?’’

ताईंच्या अंगावरून मायेनं हात फिरवताना आरती बोलत होती. एकटीच. ताईंना समजत होतं की नाही, ऐकू जात होतं का? याचं तिला भानच नव्हतं. बोलता बोलता तिच्या डोळ्यांमधून घळाघळा पाणी वाहत होतं. ताईंच्या डाव्या अंगाला थोडी संज्ञा होती. तो डाव्या हाताचा तळवा तिनं घट्ट धरला होता. या तळव्याच्या उष्णतेनं तिच्या मनाला उबारा मिळत होता. पोटात गेलेल्या कढत कॉफीनं ताईंना बरं वाटलं असावं. हळूहळू त्या डोळे मिटून झोपून गेल्या. त्यांच्या अंगावरची पातळ चादर नीट करून आरती पुन्हा जवळच्या खुर्चीवर बसली. ताईंचा श्वास संथ लयीत सुरू होता. सारं घर पुन्हा शांततेनं भरून गेलं.

आरतीच्या मनात ताईंच्या अनेक आठवणी जाग्या होत होत्या. ताई खरंतर निरंजनच्या आई, आरतीच्या सासूबाई; पण मामांच्या घरी पोरकेपणानं वाढणाऱ्या आरतीला आईच्या मायेचा स्पर्श प्रथम ताईंनीच या घरात दिला होता. निरंजनबरोबर लग्न झालं आणि या घराच्या उंबरठ्यावरचं भरलं माप ओलांडून आरती या घरात आली ती ताईंच्या कुशीतच. ताईंना तर सुनेला कुठे ठेवू न् कुठे नको असं झालं होतं. आपल्या अंगावरचे सारे दागिने त्यांनी आरतीला घातले होते. ते सारे दागिने निरंजनच्या वडिलांनी कौतुकानं ताईंसाठी- पत्नीसाठी- पूर्वी हौसेनं घडवून आणले होते. आपल्या एकुलत्या एक मुलाच्या, निरंजनच्या बायकोचं नाव लग्नानंतर ‘आरती’ ठेवायचं हे पण त्यांनी पूर्वीच ठरवून ठेवलं होतं. अचानक ताईंवर

वैधव्याची कुऱ्हाड कोसळली. सारे दागिने त्यांनी डब्यात बंद करून बँकेत लॉकरमध्ये व्यवस्थित जपून ठेवले होते. त्यानंतर त्यांच्या तीन मुलींची लग्नं झाली. ताईंनी हौसेनं नवीन घडणीचे दागिने घडवून मुलींना दिले होते. स्वत:चे जुने दागिने सुनेसाठी जपून ठेवले होते. नावाप्रमाणंच इनामदारांचं घर होतं ते. त्यातच निरंजननं वडिलांच्या पाठीमागं कर्तृत्वानं त्यांचा सारा कारभार जोपासला होता. वाढवला होता. घरात कशाचीच ददात नव्हती. तरीदेखील तिघी नणंदा आपला दु:स्वास का करतात, ते आरतीला समजायचं नाही.

आत्तादेखील त्या तिघी जणी आरतीला प्रथम बघायला आल्या होत्या, तो दिवस तिला आठवला. मोठ्या अरूवन्स, मधल्या सुमावन्स आणि धाकट्या अलकाताई. सासरी नांदणाऱ्या तिघी मुलींना ताईंनी मुद्दाम मुलगी पाहायला बोलावून घेतलं होतं. त्यापूर्वीच ताई शेजारच्या दामलेकाकूंना घेऊन आरतीला पाहून गेल्या होत्या. आपल्याला बघायला येणाऱ्या ताई आरतीला मनोमन आवडल्या होत्या.

"खरं सांगू? मला ताई आवडल्या म्हणून मी पटकन होकार दिला. त्यांचं प्रेमळ वागणं, हसणं मला खूप आवडलं आणि तुम्ही त्यांचे चिरंजीव! प्रेमळ आणि गुणीच असणार, हा मला विश्वास होताच आणि तसंच झालं!" आरतीनं लग्नानंतर निरंजनला सांगितलं होतं.

पण तो तिचा विश्वास डळमळायला लावला होता तिच्या तिघी नणंदांनी. त्याही ताईंच्याच मुली होत्या. पण स्वभावानं पूर्ण वेगळ्या आहेत, हे आरतीला पहिल्या भेटीतच जाणवलं. आरतीला बघायला म्हणून आलेल्या त्या तिघी नखशिखांत दागिन्यांनी सजून आल्या होत्या. त्यांच्या उंची साड्या, दागिने या सर्वांसमोर आरती, आरतीच्या मामा-मामींचं घर पार दीनवाणं दिसलं होतं. त्या तिघींच्या येण्यानं व प्रश्नोत्तरानं आरती मनामधून धास्तावली होती.

"प्रेशर कुकर लावता येतो का? मिक्सर कधी हँडल केलाय का? टेलिफोन घेता येईल ना? हो, आमच्या निरंजनचं उठणं-बसणं मोठ्या लोकांत. घरी ये-जा असणार. ते सारं जमलं पाहिजे."

या असल्या प्रश्नांनी, त्या तिघींनी पहिल्या भेटीतच आपल्या वेगळ्या स्वभावाची झलक दाखवली होती. ही प्रश्नोत्तरं सुरू असताना ताई मात्र शांतपणे हसत एका बाजूला बसल्या होत्या. त्यांनी याच मुलीला सून करून घ्यायची खूणगाठ मनाशी बांधली होती. त्यानंतर दोन-चार दिवसांनी ताई पेढ्यांचा पुडा, हिरवी साडी घेऊन आरतीच्या घरी आल्या होत्या. पेढा तोंडात घालून, साडीची घडी आरतीच्या हातात देऊन त्या म्हणाल्या, "आजपासून तू इनामदारांची सून!"

आरती गप्पच होती. ताईंनी तिला जवळ घेऊन विचारलं, "तुला आमचा निरू आवडला ना?" लाजून हसणाऱ्या आरतीला जवळ घेऊन, त्या म्हणाल्या, "मग

झालं तर. त्या तिघींची काळजी नको करूस. त्या तिघींनी इनामदारांच्या घरामधले नको ते गुण घेतलेत. पण किती झालं, तरी त्या माझ्या मुली. आणि आता त्या परक्या घरच्या. त्यांचं बोलणं मनावर घेऊ नकोस. कधीतरी येणाऱ्या माहेरवाशिणी त्या.''

ताईंच्या त्या शब्दांनी आरतीच्या मनातली भीती कमी झाली. ताईंच्या आधारानंच ती आजवर या घरात निश्चिंत मनानं वावरत होती. लग्न लागून आल्यानंतर सुनमुख बघताना ताईंनी आपली नथ आरतीला दिली आणि पैठणीची घडी तिच्या हाती ठेवत त्या म्हणाल्या, ''पोरी, ही नथ आणि पैठणी माझ्या सासूबाईंची आहे. तुझ्या अंगावरचे सगळे दागिने त्यांनी माझ्यासाठी कौतुकानं बनवले होते. आज ते सगळे मी तुला देते आहे. ते जप. या घरात येणाऱ्या तुझ्या सुनेला हेच दागिने चढव. कधीही, वेळप्रसंगीही त्यांना हात लावू नकोस.''

ते ऐकून, तिघी नणंदांना खूप राग आला होता. मोठी अरू खूपच फटकळ. ती तिथेच मोठ्यानं म्हणाली, ''हे काय गं ताई? तुझी आठवण म्हणून यामधला एक-एक दागिना आम्हाला द्यायला हवा होतास! सगळंच आज सुनेला देऊन टाकलंस? आणि उद्या हिनं बघितलंच नाही तुला तर?''

धाकट्या लेकीनं ताईंना मिठी मारून म्हटलं होतं. ''अशी कशी भोळी तू ताई? तुझी काळजी वाटतेय गं! पण ही जर नीट वागली नाही, तर आम्ही तिघीच आहोत ना तुला बघणाऱ्या?''

त्या दोघींच्या उद्गारांनी लग्नघर एकदम तटस्थ झालं. ताईच मग हसत विषय बदलून म्हणाल्या, ''अगं, आपण हिचं नाव आरती ठेवू या. चला, साखर वाटा पाहू.''

आणि तटस्थ लग्नघर पुन्हा हसू लागलं होतं.

आता खुर्चीवर बसल्या-बसल्या ताईंकडे बघणाऱ्या आरतीला तो प्रसंग लख्ख आठवत होता. मनाशी ती नेहमीच नवल करायची. जसजशी त्या तिघींच्या तिखटपणाची ओळख होत गेली, तसतशी आरती मनोमन नवल करायची. एका बाजूला शांत, सहनशील स्वभावाच्या ताई आणि त्यापेक्षाही सभ्यता जपणारा निरंजन आणि एका मुशीतून बाहेर काढाव्या तशा त्या तिच्या तिघी नणंदा. निरंजनच्या बहिणी. ताईंच्या मुली. आईचे कोणतेच गुण त्यांच्यात कसे उतरले नाहीत? खरंतर मुलगी ही आपल्या आईची प्रतिकृती असते. आपल्या दोघी मुली, अनू-मनू अगदी आपल्यासारख्याच आहेत. सही-सही. मग या तिघी अशा कशा? इतका गर्व, इतकी पैशाची आसक्ती यांना कुठून आली? सर्व सुखं तृप्तीनं भोगूनसुद्धा या अतृप्त कशा? यांना समाधान का वाटत नसावं? संपन्न सासरघर मिळूनसुद्धा यांचं लक्ष माहेरावरच का? अशा अनेक प्रश्नांचं मोहोळ आरतीच्या

मनात उठत असे, पण ती बोलत नव्हती.

आपल्या मुलींना ताई पूर्ण ओळखून होत्या. त्यांनी तक्रार करण्याआधीच ताई प्रत्येक सणासुदीला आरतीच्या जोडीनं लेकींचं माहेरपण करीत होत्या. त्यांच्या दु:स्वासाची झळ आरतीला पोचू देत नव्हत्या. ताईंच्या सहवासानं आरती समजूतदार बनत चालत होती.

'आरती, तू इनामदारांची सून आहेस आणि त्याच तोलामोलानं तू वागायचं आहेस, हे लक्षात ठेव. माझ्यामागं या तिघींचं माहेरपण तू जपायचं आहेस. त्या नाही बदलणार, पण तू लक्ष देऊ नकोस. आपण क्षुद्र होऊ नये क्षुद्रांबरोबर.'

आरती त्या खुर्चीत बसून ताईंचे शब्द आठवत होती. ताई हिंडत्याफिरत्या होत्या तोवर आरती निश्चिंत होती. ते सारं घरच ताईंवर विसंबून, निर्धास्त होतं. अचानक ताईंना आजारानं गाठलं. अर्ध अंग लुळं झालं. वाचा गेली. संज्ञा बधिरली आणि आरतीचं मन एका अनामिक भीतीनं व्यापून गेलं. ताई बऱ्या होणं, पुन्हा पूर्ववत हिंडत्याफिरत्या होणं यानंतर कधी शक्यच नव्हतं, हे आरतीला समजून चुकलं होतं. शेवटपर्यंत त्या अंथरुणातच असणार होत्या. त्यांची सेवा आरती मनापासून करीत होती. पण जणू तीच बधिरली होती. ताई आजारी पडल्यापासून, तिचं अर्धं जीवनच पांगळं झालं होतं. असं अचानक कधी संकट येईल, याची तिनं कल्पनाही केली नव्हती. यापूर्वी संसाराची जबाबदारी कधी जाणवली नव्हती. 'ताई' हा परवलीचा एकच शब्द तिला माहीत होता. ते नाव घेतलं की आरतीला साऱ्या गोष्टी सोप्या होऊन जायच्या. कधी निरंजनचा आणि तिचा रुसवा असायचा, कधी अनू-मनूचं आजारपण, त्यापूर्वी त्या दोन मुलींच्या जन्माच्या वेळची अवघडलेली आरतीची अवस्था, या साऱ्या वेळीच ताईंचा हात आरतीच्या पाठीवर होता; म्हणून तर निभावून गेलं होतं.

अनुजाच्या नंतर मनुजाचा जन्म झाला. दुसरीही मुलगीच झाली. पण ताईंचा उत्साह तसाच.

"हे काय गं ताई? दुसरी मुलगीच तर आहे. एवढा थाट कशाला हवा बारशाचा?" अलकाताईंनी भर बारशात ताईंना विचारलं. तशी आरतीच कसनुशी झाली होती. पण ताईंनी शांत पण कणखर स्वरांत सांगितलं होतं. "अगं, ती निरंजनची दुसरी मुलगी खरी, पण त्या जीवानं या घरात प्रथमच जन्म घेतलाय. त्या जीवाचं स्वागत नको करायला? आणि अलका, तू तर माझी तिसरी मुलगी होतीस. पण तुझं बारसं तर यापेक्षा थाटानं झालं होतं. आता पूर्वीसारखे दिवस नाहीत आणि आता होतही नाही हातून पूर्वीसारखं."

"पण ताई, तुला जसा तीन मुलींवर मुलगा झाला तसंच तुझ्या सुनेचं होणार आणि हिला तर माहेरही नाही. तुलाच सगळं करायचं आहे." सुमानं संधी सोडली नव्हती.

"आमची ताई ना? सगळं करणार हो हौसेनं. दुसरी मुलगी झाली, तरी सुनेला स्वत:च्या गळ्यामधली कंठी दिलीच की!"

अरूला ती आरतीच्या गळ्यामध्ये दिसणारी कंठी केव्हाची खुपत होती.

या साऱ्या कडवट बोलण्याची धार ताईंच्या शांत स्वभावानं बोथट होत होती. त्यांचा वार आरतीवर होत नव्हता. ताई वरच्यावर सारे वार परतवून लावत होत्या आणि आता ताईच अचानक कोसळल्या होत्या. आरतीचं मन भेदरून गेलं होतं. एकाएकी त्या घरची सर्व जबाबदारी तिच्यावर येऊन पडली होती.

त्या दिवशी तिच्या मंगळागौरी उजवायच्या होत्या. अनू, मनुजाच्या जन्मामध्ये तो सोपस्कार पुढं गेला होता. ताईंनी यंदा तो पूर्ण करायचं ठरवलं होतं. त्यानंतर घरात आता लवकर काहीच सोहळा होणार नव्हता, म्हणून ताईंनी खूप जोरानं तयारी केली होती. आरतीला पैठणी नेसवून सारे दागिने आग्रहानं घालायला लावले होते. बैंगणी रंगाची पैठणी आणि नथ, बुगडीपासून साऱ्या दागिन्यांनी सजलेल्या गौरीसारख्या सुंदर सुनेवरून ताईंची नजर हलत नव्हती. त्या नजरेमधलं वात्सल्य आरतीच्या सर्वांगावरून पाझरत होतं आणि माहेरवाशिणी म्हणून आलेल्या तिघी नणंदांच्या नजरेमधला अंगार आरतीला भाजून काढत होता. रात्रभर मंगळागौर जागवली होती. पहाटे आरतीनं सारे दागिने उतरवून ताईंजवळ दिले.

"आज तुझी दृष्टच काढायला हवी होती बघ." दागिन्यांचा डबा तिजोरीत ठेवता ठेवता ताई म्हणाल्या.

"पण ताई, तिघी वन्स मात्र खूप रागावल्या आहेत. नेहमी रागातच असतात. आमचं माहेरपणच होत नाही असं म्हणाल्या काल. खरंच, ताई, आपण त्यांना काही द्यायला हवंय का? त्यांना हवं ते देऊ या ताई. त्या नाराज झाल्या की मला बरं नाही वाटत."

तिच्याकडे बघून समाधानानं हसत ताई म्हणाल्या,

"शोभतेस खरी माझी सून. अशीच वाग. या घरचे संस्कार, कुलधर्म, रीत-रिवाज यांचा वारसा मी तुला दिला आहे, तो जप. दाग-दागिन्यांसाठी रुसणं, दु:स्वास करणं, इनामदारांच्या सुनेला शोभत नाही. खरंतर माझ्या मुलींनाही ते शोभत नाहीच. पण त्यांचा स्वभाव मी बदलू शकले नाही. इनामदार घराण्यामधलं कुठलं तरी अदृश्य असं अघटित बीज त्या मुलींच्यात उतरलं आहे ते मी काढून टाकू शकले नाही. पण आरती, तू मात्र माझे संस्कार घेतलेस. हा वसा जप. या घराण्याला शोभेल अशी वाग."

गेले दोन दिवस अरू, सुमा, अलकाचं वागणं ताई बघत होत्या. क्षुद्र मनाच्या आपल्याच लेकींना बघून त्या मनोमन शहारत होत्या. मनस्ताप मनात साठला होता. अचानक आरतीशी बोलता-बोलताना ताईंनी मान कलती टाकली. ओठ वाकडे

झाले. डोळे संवेदनाहीन झाले. मुठी आवळत त्या खाली कोसळल्या, ते आजवर उठल्या नव्हत्या. दीनवाण्या होऊन, कॉटवर पडलेल्या ताईंना बघून आरतीला हुंदका फुटला.

दरवाजाची बेल वाजली, तसा आरतीनं दरवाजा उघडला. शेजारच्या दामलेकाकू आल्या होत्या. हळूहळू आत येत त्या ताईंच्या कॉटलगत बसल्या.

"ताई... ताई."

त्यांनी हाक मारली. पण ताईंना जाग आली नाही. रोज असं होत नव्हतं. दामलेकाकू ताईंच्या खऱ्या मैत्रीण. त्यांनी हाक मारली की ताईंना थोडीफार जाग येत असे. दामलेकाकूंनी कानाजवळ तोंड नेऊन, पुन्हा हाक मारली. कसल्याशा शंकेनं त्यांनी त्यांच्या चेहऱ्याला हात लावला, तर निर्जीवपणे मान एका बाजूला कलली. अंग थंड पडत चाललं होतं. पापणीच्या आतमधली संज्ञा पूर्ण नष्ट झाली होती. ते बघून आरती टेलिफोनकडे धावली. तिला थांबवत काकू म्हणाल्या, "डॉक्टरांची जरुरी नाही आरती, ताई गेली."

ते ऐकून आरती नखशिखांत थरथरून, काष्ठवत झाली. आताच तर तिने ताईंना कॉफी पाजवली होती आणि ती समोर असताना मृत्यू चोरपावलांनी घरात आला होता. आणि तिच्या डोळ्यादेखत ताईंचा प्राण त्यानं नेला होता.

आरती हंबरडा फोडून रडत होती. शाळेमधून आलेल्या अनू-मनू घाबरल्या होत्या. ऑफिसमधून आलेला निरंजन दरवाजात गर्दी बघून हतबद्ध झाला होता. आरतीला दामलेकाकूंनी जवळ घेतलं होतं. शेजारीपाजारी जमले होते. बघता-बघता घर भरून गेलं होतं. त्या भरलेल्या घरातच एक विचित्र शांतता भरून गेली होती. दबते आवाज, हलकी कुजबुज, पावलांची मंद जाग. आरतीला जाणवत होतं. कुणीतरी उदबत्त्या लावल्या होत्या. कुणीतरी दिवाणखान्यामधलं सामान हलवलं होतं. ताईंना उचलून बाहेरच्या खोलीत नेऊन ठेवलं होतं. फुलांचे हार घेऊन, भिरभिरत्या नजरेनं माणसं येत होती. बसून जात होती. आरती सारं बघत होती. पण तारवटून गेल्यासारखी तिची अवस्था झाली होती. भिंतीशी टेकून ती सारं बघत होती.

बघता बघता ताई या जगामधून निघून गेल्या होत्या. ज्या मृत्यूचा इतका दरारा असतो, तो मृत्यू या घरात कसा, गुपचूप चोरासारखा आला होता. ताईंना आरतीशी बोलायचं होतं. काय सांगणार होत्या त्या? शेवटचं बोलल्या होत्या ते मंगळागौरीच्या पहाटेला.

आपल्या मुलींच्या क्षुद्र वर्तनाचा त्यांना मनस्ताप झाला होता आणि त्या मनस्तापाचा उद्रेक म्हणजेच ते कोसळणं.

तरी त्या तिघींनी सारा दोष आरतीलाच दिला होता.

''काय गरज होती, एवढा पसारा मांडण्याची? तू आईला थांबवायला हवं होतंस. पण तुला हौस ना मिरवायची. कामाच्या त्रासानं, आईची ही अवस्था झाली.''

त्या तिघी?

त्यांची आठवण आली तशी आरतीनं दामलेकाकूंना म्हटलं,

''काकू, मला भीती वाटतेय हो.''

''हे बघ आरती, आता तू सून आहेस. या घरची कर्ती-सवरती सून. घाबरणं सोडून दे. ताईला शोभेल अशी वाग. अरू, सुमाना निरोप गेलाय. येतील एवढ्यात. तर धीरानं सारं निभावून ने.''

पण हे सांगणाऱ्या दामलेकाकू मनातून अवघडून होत्याच.

ताईंच्या तिन्ही लेकींना दामलेकाकू चांगलं ओळखून होत्या. लहानपणापासून या मुलींचा हट्टी, दुराग्रही स्वभाव त्या ओळखून होत्या. जशा मोठ्या होत गेल्या तशा त्या तीन मुलींनी जणू ताईंच्या विरुद्ध वागण्याचा चंगच बांधला होता. ताईंनी त्यांची सर्व कार्ये इनामदारांच्या तोलामोलानं साजरी केली होती, पण त्याचं समाधान त्यांना नव्हतं. दामलेकाकू पाहत होत्या, जशी आरती या घरची सून म्हणून आली, तेव्हापासून तर त्या तिघी मत्सरानं जणू पेटल्या होत्या. माहेरी येताना, तो धगधगीत पलिता मनात ठेवूनच त्या यायच्या आणि त्याचे तिला चटके देण्याची संधी सोडायच्या नाहीत.

अशा कशा या मुली?

दामलेकाकू ताईंच्या घरातला तो सत्प्रवृत्तीबरोबरचा असत्प्रवृत्तीचा झगडा बघून मनोमन थक्क व्हायच्या.

''कली बरं ताई, कली करतो हा खेळ. नाहीतर या मुलींच्या मनात ही अशी विषवल्ली कशी उगवेल? उपाय नाही बरं यावर.'' दामलेकाकू ताईंना म्हणायच्या.

दामलेकाकू रडणाऱ्या आरतीकडे बघत होत्या. परक्या घरची पोर ही! पण किती सालस. गुणी. हे पूर्वजन्मीचं सुकृत आहे. या मुलीच्या मनातले सारे अष्टसात्त्विक भाव जागे आहेत. आणि अरू, सुमा, अलका मात्र अशा विचित्र स्वभावाच्या का व्हाव्या? याला उत्तर नाही. ज्याचा त्याचा दैवी अंश कुठे जागा असतो, तो जन्मजन्मांतरीच्या प्रवासात कधी हरवतच नाही, तर कुणाच्या मनात तो कधी रुजतच नसतो. असंच असावं. म्हणूनच माणसं अशी चांगली अगर विपरीत वागत असावीत.

दामलेकाकूंच्या विचारांची साखळी तुटली. बाहेरच्या पोर्चमध्ये मोटारी थांबल्याचा आवाज आला. पावलांचे अन् पाठोपाठ रडण्याचे आवाज आले. अरू, सुमा, अलका रडत आत येत होत्या. दरवाजापाशी उभ्या असणाऱ्या निरंजनकडे त्यांनी

लक्ष दिलं नाही. दिवाणखान्यात मधोमध ठेवलेल्या ताईच्या सभोवती बसून त्या मोठ्यानं रडत होत्या, ''ताई गं, पोरक्या झालो आम्ही. संपलं, संपलं आमचं माहेर ताई. आता परत कशाला येतो आहोत या घरात?''

आरती त्यांना समजावण्यासाठी जवळ गेली, तर हात झटकून अलका, म्हणाली, ''साऱ्या खस्ता काढल्यास सुनेच्या, नातवंडांच्या म्हणूनच असं लवकर मरण आलं. आरामात असतीस तर अचानक आजारानं गाठलं नसतं.''

हळूहळू रडण्याचा आवाज कमी होत गेला. पुन्हा घरात शांतता भरून गेली. दामलेकाका, नाडकर्णीकाका हळूहळू आत आले. निरंजनच्या कानाशी काही बोलले. बाहेरची तयारी पूर्ण झाली होती. निरंजननं हुंदका दिला. आरती बसल्याजागी दामलेकाकूंच्या कुशीत शिरून रडू लागली.

''दामलेकाका, ताईला नेणार आहात? थांबा थोडं. आम्हाला बोलायचं आहे.'' सुमा खणखणीत आवाजात म्हणाली.

''आता बोलायचं आहे? नंतर बोला सुमा. खूप वेळ झालाय. बाहेर सारी माणसं जमा झाली आहेत. कामगार, शेतावरची माणसं - बघ तरी, किती लोक आले आहेत?'' दामलेकाका म्हणाले.

''नाही काका, जे बोलायचं आहे, ते आत्ताच आम्ही ठरवून आलो आहोत. नंतर कुणी कुणाचं नसतं. ताईंचा देह या घरात आहे, तोवरच बोलायचं आहे. चला गं, चल निरंजन.''

त्या तिघी आणि निरंजन, ताईंच्या खोलीत गेले. दरवाजा बंद झाला.

''काकू...'' आरतीनं दामलेकाकूंचा हात घट्ट धरला.

''घाबरू नकोस आरती. तू सून आहेस ताईंची. चल, आपण ताईंजवळ बसू.''

सारी माणसं कुजबुजत हळूहळू बाहेर गेली. संपूर्ण दिवाणखान्यात आरती, दामलेकाकू - ताईंचा मृतदेह - त्यांच्या उशाजवळ जळणारी समई, घरात भरून गेलेला धूपाचा, उदबत्तीचा, फुलांचा संमिश्र गंध आणि काळीज गोठवणारी 'ती' शांतता!

थोड्या वेळानं ताईंच्या खोलीचा बंद दरवाजा उघडून निरंजन बाहेर आला. संपूर्ण उद्ध्वस्त झालेला. त्याला बघून दामलेकाका आत आले. त्यांना बघून निरंजन शुष्क आवाजात म्हणाला,

''काका, दिघे सराफांना बोलावता? वजनकाटा घेऊन?''

ते ऐकून दामलेकाकू उठल्या. ''वजनकाटा आणि सराफ? पण का?''

''त्या तिघींना ताईंच्या दागिन्यांची वाटणी करायची आहे.'' निरंजन भकास स्वरात म्हणाला.

''ताईंचे दागिने? ते तर आरतीचे आहेत. ताईनं ते सारे पूर्वीपासून आरतीसाठी

जपून ठेवले होते. मी साक्षी आहे.'' दामलेकाकू म्हणाल्या.

अरू, सुमा तरतरा बाहेर आल्या. हातवारे करीत काकूंना म्हणाल्या, ''साक्षी-पुरावे काढताय काकू? हे माहितीच होतं म्हणून हे आताच व्हायला हवं आहे. दागिने आमच्या आप्पांनी घडवलेले. आईला घातलेले. वडिलोपार्जित धन आहे ते. आमचा हक्क आहे त्याच्यावर. आम्ही काही कारखाना— बंगला मागत नाही. फक्त दागिने मागतो आहोत. आमच्या आईचे.''

''पण अरू, तेवढ्याच मोलाचे दागिने, तुमच्या लग्नात ताईंनी तुम्हा तिघींना दिले आहेत आणि स्वत:चं सोनं-नाणं त्या वेळी येणाऱ्या सुनेसाठी त्यांनी जपून ठेवलं होतं. ताईच म्हणायच्या.''

''हे पाहा काकू, ताई काय म्हणायच्या ते आम्ही कधी ऐकलं नाही. तुम्ही मधे पडू नका. आमचं आम्ही बघू.'' सुमा तोडून म्हणाली. दिवाणखान्यात माणसं जमा व्हायला लागली. सारं बळ एकवटून आरती उठली. ''सुमावन्स, तुम्ही म्हणता, तसंच होईल. चला, सराफकाका येईपर्यंत आपण ताईंच्या खोलीत बसू. चला.''

ताईंच्या रिकाम्या कॉटकडे आरतीचं लक्ष गेलं. ताई झोपल्या होत्या, त्या वेळच्या चादरीच्या सुरकुत्या अजूनही स्पष्ट दिसत होत्या. उशीवर मान टेकल्याचा खोल भाग तसाच होता. कॉफीचा कप बैठ्या स्टुलावर होता. त्यामधला चमचा अजूनही ओला होता. ते बघून आरतीला रडू आलं. अजूनही तो जाणारा जीव या खोलीतच रेंगाळत असेल? तिनं भिरीभिरी नजरेनं पाहिलं.

''उगीच रडू नकोस अशी. लोकांना वाटायचं की आम्ही लुटतो आहोत तुला. आम्हा तिघींना आईचे दागिने हवेत. तेवढीच आठवण!'' अलकानं सूर काढला.

खोलीच्या एका भिंतीला टेकून त्या तिघी बसल्या होत्या. समोरच्या भिंतीशी दामलेकाकूंनी निरंजनला जवळ बसवून घेतलं होतं. आरतीनं ताईंच्या गादीखालचा किल्ल्यांचा जुडगा काढला. कपाट उघडून पांढरीशुभ्र चादर काढून, मधोमध अंथरली. दागिन्यांचा डबा काढून त्या चादरीवर रिकामा केला. चंद्रहार, चपलाहार, तोडे, साज, जोंधळीपोत, चिंचपेटी, लफ्फा, ठुशी, कंठी, बाजूबंद, तन्मणी, वेलभोकरं, सोन्याची फुलं... सारं तिनं चादरीवर ठेवलं. शांतपणे हातातले गोठ, पाटली, बिलवर, कानांमधली कुडी सारं उतरवलं.

''आरती...'' दामलेकाकू म्हणाल्या.

''काकू, हे पण ताईंचंच ना? त्यांनीच तर लग्नात मला घातलं होतं.''

''आणि काकू, ताईंच्या गळ्यातली साखळी?''

अरूनं विचारलं. दामलेकाकू काही न बोलता उठल्या. जड पावलांनी त्यांनी बाहेरच्या खोलीतून ताईंच्या गळ्यामधून साखळी काढून आणून मधल्या चादरीवर ठेवली. आरतीचे हात, कान, ओके-रिकामे झालेले बघून, त्यांना घशाशी अवंढा

आला. त्या म्हणाल्या, "आरती, विचार केला आहेस ना? तुला काहीच नाही ठेवून घेतलंस?"

"काहीच नाही? काकू, या घरचं सर्व मलाच फक्त ताईंनी दिलं, हे तुमच्या लक्षात नाही आलं? ताईंना आणि या तिघींना या घरातून जाताना समाधानानं जाता यावं." आरती म्हणाली.

"समाधान? वाटेल ताईला?" काकूंनी विचारलं.

उत्तर न देता आरती मंद हसली. दिघे सराफ संकोचत आत आले.

"बसा काका, ताईंच्या या दागिन्यांची वाटणी करायची आहे. लवकर आटपा काका, मंडळी खोळंबली आहेत बाहेर." आरती म्हणाली.

"वाटण्या? किती करायच्या वाटण्या?"

"तीन. फक्त तीन." आरती म्हणाली.

ती शांतपणे मधून उठली आणि निरंजनशेजारी भिंतीजवळ जाऊन बसली. निरंजनचा हात तिनं घट्ट धरला होता. दामलेकाकूंचा हात तिच्या पाठीवरून फिरत होता. समोरच्या भिंतीशी, त्या तिघी सावध बसल्या होत्या.

सराफांच्या वजनकाट्याच्या सोनं कातरणाऱ्या कात्रीच्या आवाजानं मृत्यूही लाजून स्तब्ध झाला होता... बंद दरवाजापाशीच अवघडून उभा होता.

◆

कठपुतली

'लछू, कल सबेरे जल्दी उठना हैं । बरसात के दिन हैं । पता नहीं कब बारिश आयेगी । जल्दी निकलेंगे तो अगले गाँव जल्दी पहुँचेंगे ।' लछूचे वडील गोपाल त्याला सांगत होते. ताटातील रोटी संपवत लछू म्हणाला, "जी!"

लछूच्या काळजात कळ दाटून आली होती. खाली मान घालून लछूने ताटातील रोटी संपवली आणि काही न बोलता तो उठला. हातातली पितळी त्याने विसळून ठेवली. पाणी पिऊन तो मंदिराच्या पायरीवर जाऊन बसला. एरवी एक गावचा मुक्काम संपवून दुसऱ्या गावी जायला निघताना लछूला उत्साहाचे भरते येई; पण आज गुडघ्याला हातांची मिठी घालून खिन्नपणे बसलेल्या लक्ष्मणकडे त्याच्या वडिलांनी आश्चर्याने बघितलं. जवळ बसलेल्या आपल्या बायकोला त्याने विचारलं, "क्या हुआ इस बच्चे को? कुछ झगडा हुआ बहु से?"

काही न बोलता तिने घुंगट ओढला. कामाच्या ओझ्याने ती कावली होती. गोपालने सुनेकडे पाहिलं. खाली मान घालून ती रोट्या भाजत होती. धाकटी पोरं झोपेने पेंगुळली होती. तंबूच्या बाहेरच कपडा अंथरून ती पडली होती. मनातून संतापून गोपाल उठला. पोरांना तंबूच्या आत नेऊन त्याने वाकळीवर टाकले आणि तोही पोरांच्या जवळ आडवा झाला. त्या छोट्याशा जागेत त्याची बायको आणि चार पोरं यांना दाटीवाटीने झोपायचं होतं. उशाजवळच्या ट्रंकेतला गल्ला त्याने मोजला. पुरे एक हजार रुपये होते. शहरात पोचेपर्यंत तीन गावी तीन खेळ त्यांना करायचे होते. मग पुरा पावसाळा शहरातल्या मोकळ्या मैदानावर तंबू ठोकून राहायचं. कुठे

शाळेत, कुठे कॉलेजात खेळ करता येतील का, ते पाहायचं. यात अजूनही दोन हजारांची भर पडायला हवी. तरच बायकोचं बाळंतपण आणि रिकामा पावसाळा निभावता येईल. पडल्या-पडल्या त्याने निःश्वास सोडला आणि पुटपुटला, 'रामजी, तेरी मर्जी!' आणि रामावर सगळा भार सोपवून तो झोपला.

बाहेर त्याची बायको कमली आणि सून सुमित्रा झाडाखाली मांडलेल्या तीन दगडांच्या चुलीजवळचा पसारा आवरत होत्या.

''घरात असो, नाहीतर झाडाखाली असो, तीन दगड पडले की व्याप लागलाच मागं, असंच आहे बेटी.'' सुमित्राची सासू सुमित्राला सांगत होती.

'व्याप म्हणजे व्याप! आता सहा पोरं असताना सातवं झालं, तर व्याप वाढणारच की! आणि मला सांगते. तरी बरं, माँजींची चारही बाळंतपणं मी ओढून नेलीत. छी! शरम की बात हैं!' सुमित्रा मनातल्या मनात पुटपुटत होती.

समोरच्या कामाचा पसारा आवरण्याची सुमित्राची घाई चालली होती. भांडी घासून तिने पोत्यात भरली. वाळत घातलेले सारे कपडे गोळा करून ते नीट घड्या घालून पेटीत भरले. दुसऱ्या पेटीतल्या साऱ्या कठपुतल्या नीट लावल्या. राणा प्रताप, शिवाजी, उदेभान, चंदाबाई साऱ्या बाहुल्या एका पेटीत विसावल्या. लछूची ढोलकी, घुंगूर नीट बांधून ठेवले. त्या ढोलकीच्या बांधलेल्या कपड्यांवरून हात फिरवत असता लाजरे हसू तिच्या ओठांवर आले.

लछ्मन! तिचा प्यारा पिया...

वयाच्या दहाव्या वर्षी तिचं लग्न लावून देऊन तिचा बाप आपला कबिला घेऊन निघून गेला. कठपुतलीचे खेळ करीत करीत आता तो काश्मीरला पोचला होता, असं तिचा सासरा सांगताना तिने ऐकलं होतं.

काश्मीर? कुठे असेल हा मुलूख? छोटी कमला आता किती प्यारी दिसत असेल! तिची शादी बन्सीबरोबर व्हायची आहे. आपला छोटा दीर आपल्या प्याऱ्या बहिणीचा मंगेतर आहे. एक ना एक दिवस या शादीसाठी पुन्हा सारे एकत्र येतीलच. सासर-माहेर एकत्र येईल. पण कधी?

माहेरच्या आठवणीने सुमित्राने एक निःश्वास सोडला.

'जिनके होटों पे हँसी.. पाँव में छाले होंगे...' तिच्या कानावर टेपरेकॉर्डरचे सूर आले. तिच्या कपाळावर आठी उमटली.

म्हणजे याचं रडणं सुरू झालं!

सारा दिवस तर एक शब्द बोलता येत नाही. सासू, सासरा, दीर, नणंदा यांचा वावर. त्यात हा उघड्यावरचा संसार. एका झाडाखाली तीन दगडांचा रसोडा. शेजारी तंबू. दिवसा काय, पण रात्रीसुद्धा तिथे जाण्याचा सराव सुमित्राला नव्हता. तो मान तिच्या सासूचा होता. रात्री बारा-एक वाजता खेळ संपवून मग देवळाच्या

पाराजवळ झोपलेल्या लछ्मनकडे तिला जाता येई. दिवसभर गावची शेंबडी पोरं तिचा राजस्थानी घागरा, घुंगट, पाण्याला जाणं बघत तिच्याभोवती फिरत असत.

कधी बोलायचं लछ्मनशी!

'हाँ वोही लोग हैं तेरे चाहनेवाले...' गुलामअलीसाब लावून बसलाय.

तिला लछ्मनचा राग आला.

सुमित्रा रागाने उठली.

या गावात आल्यापासून त्याचं काय बिघडलंय? नीट जेवत नाही. बोलत नाही. काजल की डब्बी, टिक्का, चुडी सारं आणून देतो म्हणाला होता, पण इथे तर बोलायचं नाव नाही. आज बघते कसं बोलत नाही.

सुमित्रा मंदिराच्या कट्ट्यावर गेली. मानेखाली हाताची उशी करून लछ्मन झोपला होता. बापाने कौतुकाने घेऊन दिलेल्या टेपरेकॉर्डरवर त्याने गुलामअलीसाबची टेप लावली होती. त्या गजलेचे करुण सूर त्याचे मन भरून टाकत होते. किती नाजूक शब्द, किती कोमल उच्चार. शब्द उच्चारताना ते ओठांतून हळुवार कसे निसटत असतील, ते गाणाऱ्याला समजत नसेल. असंच बोलायला हवं. असंच गायला हवं हळुवारपणे! तरलपणे! मनावर फुंकर घालणारी सतारीच्या नाजूक किणकिणाटाची एक हाक लछ्मनच्या कानांवर लहरली,

''ये लछ्मन...''

मनाची बेचैनी असह्य होऊन लछ्मन उठून बसला. समोर त्याची बायको सुमित्रा उभी होती. रागाने ती म्हणाली, ''क्यूं जी! मुझे देखकर भाग रहे हो? बोल, काजल की डब्बी, चुडियाँ कधी देणार? झूटा कही का! मी आता चूप बसणार नाही. नाहीतर मला माझ्या बापाकडे पोचवा.''

ताठरलेल्या डोळ्यांनी लछ्मन तिच्याकडे बघत होता.

'छुपके छुपके रात-दिन आँसू बहाना याद हैं।' टेपरेकॉर्डर सुरू होताच.

''या गुलामअलीसाबने तुला पागल बनवलंय. बंद कर तो.'' सुमित्रा टेपरेकॉर्डरकडे झेपावत म्हणाली.

''सुमित्राऽऽ'' लछ्मन ओरडला आणि तंबूत झोपलेल्या माँ-पिताजीची त्याला आठवण झाली. त्याने स्वतःला सावरून टेपरेकॉर्डर उचलला आणि तो नदीच्या दिशेने चालू लागला. त्याच्याकडे बघत सुमित्रा म्हणाली, ''कुठे जाणार तू? परत यावंच लागणार ना..! तब देखूंगी!''

मंदिराची गल्ली पार करून लछ्मन बाजारपेठेत आला. बाजारपेठ ओलांडली की नदी लागे. रात्रीचे बारा वाजून गेले होते. सारा गाव शांत झोपला होता. नदीकाठावरच्या पायऱ्यांवर लछ्मन बसला. नदीचे पाणी संथ होते. गार वाऱ्याचा मंद तरंग त्याच्या अंगावरून गेला. त्याला बरं वाटलं. मंद वाऱ्याची झुळूक त्याला

आवडे. मंद फुलांचा रंग, गंध त्याला प्रिय होता. मंद गंध, रंग, हळुवार आवाज, नाजूक चालणं, कोमल सूर; साऱ्यांचं त्याला वेड होतं. पुन्हा एकदा सतारीचा किणकिणाट त्याला आठवला.

'ये लछ्मन ऽ ऽ ऽ'

'माँजी... माँजी..' त्याला माँजींची तीव्र आठवण झाली. या गावात आल्यापासून त्याला त्यांची आठवण येत नव्हती असा क्षण नव्हता. उद्या जायचं. परत या गावी कधी येणार कोण जाणे! कठपुतलीचा खेळ करत, भटकत, कुठल्या कुठे पोचायचं आहे कोण जाणे! कठपुतलीचा खेळ करतच जायचं! सारे मुक्काम बाप ठरवी. तो ठरवे ती दिशा, तो ठरवेल तो गाव. तारेवरच्या बाहुलीसारखं नुसतं नाचायचं. कसरत करायची. गायचं. ढोलकी वाजवायची. आपल्या हातात काही नाही. नुसतं नजरेवर, इशाऱ्यावर, इच्छेवर नाचायचं... दुसऱ्यांच्या!

लछ्मनचा गळा दाटून आला. आता ही सुमित्रा. किती अनपढ! किती कर्कश! केवढी संतापी! हिच्याशी शादी करताना कुणी आपल्याला विचारलं नाही. तिचा लाल घागरा, पिवळी चोळी, हिरवा घुंगट, लालभडक चुडियाँ, काजळाने भरलेले डोळे, पानाने रंगलेले ओठ; काहीच त्याला आवडत नव्हतं. सांगूनही तिला समजत नव्हतं.

'पागल मनवा, दिल दिवाना लगता हैं
हम दोनों का प्यार पुराना लगता है ।'

याच हलक्या सुरांचं त्याला वेड होतं. लछ्मनने पाण्यात पाय सोडले. या गावात येऊन दहा दिवस झाले होते. गावात जाण्यापूर्वी त्याच्या बापाने गावाची माहिती काढली होती.

''गावात एक रईस ठाकूरचं घर आहे. गाव मोठा आहे...'' गोपाल सांगत होता.

''असेना का!'' लछ्मनने मान हलवली. कुठेतरी जाऊन डेरा टाकायचा, खेळ करायचा. ढोलकी वाजवायची. इतकी गावं झाली, आणखीन एक... त्या गावी जाण्याची त्याला ओढ नव्हती... जरादेखील!

गावाजवळ बैलगाडी घेऊन लछ्मन पोचला आणि नदी दिसली. लछ्मनला एकदम बरं वाटलं. नदीकाठचं गाव त्याला खूप आवडे. मनसोक्त अंघोळ करता येईल. बन्सी, गोपी, पेन्या साऱ्यांना या पाण्यात रोज बुचकाळायचं असं त्याने ठरवलं. गाडी राममंदिराजवळ पोचली. एस.टी.ने त्याचे आई-वडील, भावंडं, सुमित्रा सारे आधी पोचले होते. त्याची वाट पाहत होते. गाडी येताच त्याचा बाप म्हणाला, ''लछू बेटा! ही जागा ठाकूरसाबची आहे. इथे डेरा टाकायला, खेळ

करायला त्यांची परवानगी हवी. ती दयाळू माणसं आहेत. नाही म्हणणार नाहीत. तू हवेलीत जा आणि विचारून ये, तोवर मी सामान उतरवतो.''

लछ्मनने मान झटकली. त्याला ही लाचारी आवडत नसे. ही ठाकूर मंडळी तर फार मगरूर असतात. नाइलाजाने तो हवेलीकडे वळला. संध्याकाळ उतरत होती. लवकर जाणं भाग होतं.

हवेलीच्या दाराजवळ दरवानने त्याला हटकले,

''मला ठाकूरसाबना भेटायचं आहे.'' लछ्मन म्हणाला.

''ठाकूरसाब शिकारीला गेलेत. आठ दिवसांनी परत येणार. माँजी आहेत. पण आता त्यांची पूजेची वेळ आहे. त्या भेटणार नाहीत.'' दरवान म्हणाला.

''भरमा, कोण आलंय रे? आणि अशा तिन्हीसांजेचा परत का पाठवतोस? पाठव त्याला आत.''

सतारीचा नाजूक किणकिणाट कानांवर आला. त्याच्या मनाची तार झंकारली. हाच! हाच तो स्वर... ज्याचं लछ्मनला वेड होतं. इतका मधुर स्वर जगात आहे? मग आजवर कुठेच कसा ऐकला नाही?

भारल्यासारखा लछ्मन नोकराच्या पाठोपाठ जिना चढून वर गेला. तिथल्या बैठकीवर संकोचून बसला. थंड पाण्याचा पेला घेऊन एक नोकर आला. इतक्या आपुलकीने प्रथमच कुणीतरी त्याचं स्वागत केलं होतं. लछ्मन तसाच बसला असतानाच पडद्याची सळसळ झाली आणि माँजी समोर आल्या. जमिनीला माथा टेकवून लछ्मनने नमस्कार केला.

फिकट गुलाबी साडी, त्याच रंगाची चुडी, डोकीवरून पदर, चेहऱ्यावर हसू, दीपज्योतीसारखे शांत, स्निग्ध डोळे त्याच्यावर मायेचा वर्षाव करीत होते. माँजी विचारत होत्या, ''बेटा, काय हवंय तुला? राममंदिराजवळ राहायला, कठपुतलीचा खेळ लावायला जागा हवी ना! जरूर राहा. मी मघाशीच सज्जातून बघितलं. शिवाय बातमी देणारी आमची वानरसेना आहे ना!'' माँजींनी पाणी आणून देणाऱ्या पोऱ्याकडे हसून बघितलं. तो लाजून पळाला. माँजींनी विचारलं,

''नाव काय तुझं?''

''लछ्मन... लछ्मन जी!'' भानावर येऊन लछ्मन म्हणाला. तो मधुर सूर, त्या डोळ्यांतल्या शांत दीपज्योती, तो मंद रंग, चेहऱ्यावरचे मार्दव... लछ्मन भान हरपला होता.

''हे बघ लछ्मन, आता रात्र झालीय. आता जेवणाची गडबड करू नका. मुलामाणसांना आराम करू दे. हवेलीतला माणूस साऱ्यांचं जेवण आणून देईल.'' आणि एवढं बोलून माँजी आतल्या खोलीत निघून गेल्या.

पाणावलेल्या डोळ्यांनी, भारलेल्या मनाने लछ्मन तिथेच उभा होता. भानावर

येऊन लछ्मन जिना उतरू लागला.

"आमच्या माँसाहेब सीतामाँ आहेत. गावची आई आहे. त्यांच्या प्रेमावर सारं गाव जगतंय..." नोकर सांगत होता.

त्या रात्री लछ्मनला झोप आली नाही. इतकी माया त्यांनी का करावी? या जगात इतका जिव्हाळा आहे? मग ही माझीच माणसं अशी का? असेच आम्ही जगणार, मरणार. हेच जर जगणं, तर मधूनच ही सुंदरता का दिसते? माझंही मन माझ्या माणसांसारखंच बथ्थड का नाही झालं? ही कसली अनामिक ओढ खेचते? आजच ही अनामिक बेचैनी मनाला का सतावते?

दुसऱ्या दिवशी गोपाल त्याला म्हणाला, "लछू, आज रात्री खेळ आहे. हवेलीत जाऊन आमंत्रण देऊन ये."

लछ्मनने स्वच्छ कपडे घातले. केस विंचरले. आज परत माँजींना भेटायचं. त्याचं मन उत्कंठेने भरून गेलं होतं. त्या लहरीत तो हवेलीतल्या बैठकीवर केव्हा जाऊन बसला, हेही त्याला समजलं नाही.

"लछ्मन!" पडद्याआडून किणकिण करीत सूर आला. पडदा उघडून माँजी आल्या. स्नान झालं असावं. फिकट पिवळ्या रंगाची साडी, माथ्यावरच्या पदराआडूनचा देखणा चेहरा आणि चेहऱ्यावरचं हसू, भान हरपून लछ्मन बघत होता.

"देवी माँ!" लछ्मनने डोळे मिटले. माथा जमिनीला टेकवून नमस्कार केला. त्याच्या गावातील देवळातील सीतामाईंची मूर्ती त्याला आठवली.

"जी! माँजी, आज आमचा खेळ आहे. आपण याल?" धीर धरून लछूने विचारलं.

"मी? आणि खेळ पाहायला?" माँजी खळखळून हसल्या. खळखळणाऱ्या प्रवाहाची खळखळ त्या हसण्यात होती. त्या हसण्याने लछ्मन संकोचला. माँजींचे शब्द त्याच्या कानांवर पडत होते. "लछ्मन बेटा! मी कशी येणार तुझ्या खेळाला? या घरचा रिवाज नाही तसा. पण खरं सांगू? मला खूप आवडतं बाहेर जायला. माझ्या लहानपणी मी कठपुतलीचा खेळ पाहिलाय. किती सुरेख खेळ! लहानपणी गावच्या जत्रेत खूप फिरायची. साऱ्या सहेल्यांना बरोबर घेऊन जत्रेत खूप भटकायची. आता... आता सारं संपलं. ते हसणं, ते नाचणं, वाकुल्या दाखवून दूर पळालं. हरपलं ते बेटा सारं! आता तुम्ही खेळ करणार या एका आठवणीने मला सारं आठवतंय. आजही तो बालपणात बघितलेला खेळ आठवतोय. पण बेटा, खरं सांगू? आपण सारे कठपुतल्याच आहोत बघ. नुसते दोरीच्या इशाऱ्यावर नाचणारे. ना स्वत:चं मन, ना भावना..."

शून्यात नजर लावून माँजी बोलत होत्या आणि क्षणात भानावर येऊन त्या म्हणाल्या, "लछ्मन, मी आले नाही तरी सज्जात उभी राहून तुझी ढोलकी ऐकेन."

त्या रात्रीच्या खेळात सारं कसब पणाला लावून त्याने ढोलकी वाजवली. सुमित्रा गात होती, 'जसोमती मैया से बोले नंदलाला ऽ ऽ'

पण ते सूर त्याला ऐकू येत नव्हते. त्या सुरावर नाचणारी चंदा बाहुली त्याला दिसत नव्हती. नजर परत परत हवेलीकडे वळत होती. ज्या भावनेची ओढ त्याला लागली होती, ती जागा त्याला गवसली होती. त्या रात्री खेळ संपला तरी गुलामअलीसाब ऐकत लछ्मन पडला होता. हवेलीच्या सज्जात मंद दिव्याचा उजेड दिसत होता.

त्याच्यावर, त्याच्या परिवारावर माँजींनी या दहा दिवसांत अपार माया केली होती. रोज काही ना काही वस्तू हवेलीतून येत असत. वळवाच्या पावसाने त्यांचा मुक्काम वाढला. खेळ नसल्याने आळसावलेला परिवार तिथेच होता. त्याची भावंडं बन्सी, गोपी, कमली, पेन्या मंदिराच्या आवारात धुमाकूळ घालीत. बाप पेटीतल्या प्रभू रामचंद्राच्या तसबिरी झाडाच्या बुंध्याशी मांडून तुलसीरामायण वाचीत असे. वाढणारे पोट सावरत त्याची आई सुस्तपणे वावरत असे. घुंगटाच्या आतल्या आत सुमित्राचा चेहरा संतापाने फुलून गेलेला असे. लछ्मन मंदिराच्या पायरीवर हाताची मिठी गुडघ्यांना घालून बसलेला असे. एक अनामिक ऊर्मी, अनावर उत्कंठा त्याला व्यापून टाकत होती. सतारीचा किणकिणाट त्याच्याभोवती फेर धरून नाचत होता. त्या आवर्तात गरगरताना एक हुरहुर, पण समाधानाची भावना त्याला गुरफटून टाकत होती.

त्या दिवशी चारचा सुमार असावा. हवेतला उष्मा असह्य होत होता. आकाश काळ्याभोर मेघांनी भरून गेलं होतं. लछ्मनची आई आणि सुमित्रा झाडाखालचा पसारा भराभर आवरत होत्या. कोणत्याही क्षणी पाऊस कोसळणार होता. एका आवेगासरशी लछ्मन उठला व हवेलीकडे चालू लागला.

आता दरवान त्याला अडवत नसे. छोट्या नोकराने माँजींकडे त्याला नेले. हवेलीच्या वरच्या गच्चीवर माँजी उभ्या होत्या. पांढरीशुभ्र साडी, पाठीवर मोकळे सोडलेले केस, माथ्यावरचा पदर ढळलेला होता. त्याच्या पावलांचा आवाज येताच पाठमोऱ्या असतानाच सतार किणकिणली, "ये लछ्मन" आणि त्याच्याकडे वळून त्या म्हणाल्या, "मी ओळखलं की लछ्मनच असणार. पाहिलंस, आकाश कसं ढगांनी भरलंय. मस्त हत्तींचे कळप हिंडावेत तसे हे ढग मस्तपणे आकाशात नाचताहेत. आता टपोरे थेंब पडतील. तप्त धरा तृप्त होईपर्यंत तिला न्हाणवतील. त्या तृप्तीच्या विश्वासाचा गंध आसमंत व्यापून टाकेल. तो गंध पिऊन घ्यावासा वाटतो. असं वाटतं, पंख लावून उडावं. हा नीलिमा आहे ना, त्यात मनसोक्त डुंबावं. या पाखरांशी कानगोष्टी कराव्यात. नदीच्या तरंगावरून घिरट्या माराव्यात. पाण्यातल्या मासोळ्यांना वाकुल्या दाखवाव्यात. फुलाफुलांतला गंध पिऊन मस्त

व्हावं... पण लछ्मन, यांतलं काहीच करता येत नाही रे! आपण सारे कठपुतल्या आहोत. कठपुतल्या! असली स्वप्नं उराशी बाळगून या चार भिंतींत रीतीरिवाजाच्या कोंडाळ्यात एके दिवशी जायचं. जाऊ दे. मी काय बोलते ते नाही कळायचं तुला.''

"समजतंय माँजी! समजतं! माझं दुःख मी कसं सांगू?'' लछ्मनचं मन आक्रंदत होतं. धीर धरून तो म्हणाला, "माँजी! राजासाब कधी येणार? त्यांना माझा खेळ दाखवायचा होता!''

माँजी खळखळून हसल्या. "बेटा! अरे, ते निर्जीव बाहुल्यांचा खेळ बघणारे नव्हेत. सजीव बाहुल्या पैशाच्या दोरीवर नाचवणं त्यांना आवडतं. सतार, ढोलकी यांपेक्षा त्यांना घुंगरांचा, बंदुकीचा आवाज प्रिय आहे. जाऊ दे बेटा, कोमल भावना घेऊन जन्माला येणं आणि त्या जपत जगणं हाच शाप आहे...''

टपोऱ्या थेंबांच्या बरोबरीने माँजींच्या गालांवरून आसू ओघळत होते.

पाण्यावरून एक पक्षी पंख फडफडत गेला. त्या फडफडणाऱ्या पंखांनी नदीचे पाणी हलले. घाबरून ओरडणाऱ्या पक्ष्याच्या आर्त आवाजाने लछ्मन भानावर आला. त्याने डोळ्यांतलं पाणी टिपलं.

उद्या जायचं. हे गाव, ही ओढ, हा स्नेहधागा विसरायचा. कठपुतलीचा खेळ करायचा.

टेपरेकॉर्डर उचलून लछ्मन जड पावलांनी मंदिराकडे चालू लागला.

दुसऱ्या दिवशी पहाटेच तंबू आवरला. पेट्या बैलगाडीत चढवल्या. पडदे, कनाती, तंबू सारं गाडीत नीट लावलं गेलं. जेवण बांधून घेऊन त्याचा बाप बाया-माणसांना घेऊन बसस्टँडकडे निघाला.

"लछू! ठीक वक्तपर पहुँचना! क्या हुआ तुझे? चूप क्यूं?'' गोपाल त्याला विचारत होता. घुंगटामधूनच सुमित्राने नाक उडवले. सारे निघून गेले. लछ्मन एकटाच मंदिराच्या आवारात उभा होता. बैलगाडीत सामान भरून तयार होतं. बैलांना चारा घालून लछ्मन हवेलीकडे वळला. माँजींचा निरोप घ्यायचा होता. पाय जड झाले होते.

नोकराच्या पाठोपाठ जिना चढून लछ्मन बैठकीच्या खोलीत आला.

"ये लछ्मन!'' सतार किणकिणली.

माँजी बैठकीवर बसल्या होत्या. चंदनाच्या धूपाचा वास बैठकीच्या खोलीत रेंगाळत होता. मधल्या टीपॉयवरच्या फुलदाणीत पांढरीशुभ्र अनंताची फुलं डौलात उभी होती.

मान खाली घालून लछ्मन बसला. डोळ्यांत येणारं पाणी कष्टाने रोखून धरलं होतं. काय बोलावं हे त्याला समजत नव्हतं. निरोप घेण्यासारखं जिव्हाळ्याचं कुणी

भेटलंच नाही. आता भेटलं तर निरोप घेऊन निघून जायचं. परत कधी न भेटण्यासाठी, दूर. त्याच्या मुलखात गेल्यानंतर परत या मुलखात येणार कसं?

एक अवंढा त्याच्या घशात दाटून आला. खोलीत शांतता पसरली होती. खालमानेनेच त्याने नजर समोरच्या बैठकीकडे हळूच वळवली. माँजींच्या साडीची केशरी किनार त्याच्या नजरेत आली. त्याने तशीच नजर वर केली. माँजी त्याच्याकडे पाहत होत्या,

"अरे, बोल ना काहीतरी." त्या म्हणाल्या.

लछ्मनने आवरून धरलेला अश्रूंचा बांध डोळ्यांतून वाहू लागला. ते अश्रू पुसण्याचं भान त्याला उरलं नाही.

"लछ्मन! ए वेड्या! रडतोस तू? इथून जायचं म्हणून? तुझ्यामाझ्यात जो जिव्हाळा उत्पन्न झाला, तो तुटणार म्हणून रडतोस?" माँजींनी विचारलं.

"माँजी, कसं सांगू माँजी!..." त्याला खूप काही सांगायचं होतं.

"काही बोलू नकोस बेटा! मला सारं समजतं. सारं सारं उमगलंय. आपण परत कधी येणार नाही. त्याच्या मनात आलं आणि दोन कठपुतल्या जवळ आल्या. त्याचा इशारा झाला आणि दूर गेल्या. आपण फक्त त्याच्या मर्जीनुसार नाचणार!"

"बेटा लछ्मन, तुझी-माझी जवळीक ही दोन मनांत असणाऱ्या कोमल सुरांची, हळव्या भावनांची जवळीक आहे. या भावनेला नातं नसतं, जात नसते. एकच नाजूक धागा जो क्वचितच जुळतो. एकच सूर जो क्वचितच सापडतो. लछ्मन, जिथे सुंदरता, निष्पापपणा, प्रामाणिकपणा दिसतो ना, तिथे माझा जीव वेडावतो. तू मला आवडलास, ते याच गुणामुळे. लहानपणापासून हा भाव माझ्या मनात अंकुरला, वाढला; मी पण कौतुकाने त्याला जोपासला. त्याला तशीच साथ मिळाली असती तर माझं जीवन मोहरून गेलं असतं, पण बंदुकीचा आवाज आणि सतारीचा सूर एकत्र कसे नांदणार? घुंगराची छन्‌छन् आणि झऱ्याचं झुळझुळणं एकत्र कसं राहणार? म्हणूनच एकटेपण वाट्याला येतं. या मोठ्या हवेलीत असूनसुद्धा मी एकटीच आहे. त्या मोठ्या कवित्वात राहूनसुद्धा तू एकटाच आहेस. पण जोवर जगातल्या कोमलतेवर, कारुण्यावर प्रेम करण्याचं हे वेड आहे ना, तोवर आपण एकटं असणार नाही. त्या एकाकीपणाला साथ आहे त्या सुरांची! तो सूर जोवर जपता येतो ना, तोवर तुझी माँजी तुझ्याजवळच आहे. तो कोमल भाव कधी हरवू नको. सुखी राहा बेटा. आनंदी राहा..."

माँजी उठल्या. जमिनीला माथा टेकलेल्या लछ्मनला साडीची सळसळ जाणवली. पडद्याच्या घंटा किणकिणल्या आणि शांत झाल्या. लछ्मनने मस्तक उचललं. आपल्या डोळ्यांतले पाणी शर्टाच्या बाहीने पुसत तो उठला. जिना उतरून खाली आला. तिथे उभ्या असलेल्या नोकराने त्याच्या हाती एक वस्तू दिली.

"माँजींनी दिलंय.''

लछ्मन मंदिराजवळ आला. गाडीला बैल जुंपले. टेपरेकॉर्डर गाडीत नीट ठेवला. हवेलीकडे पाहून त्याने दीर्घ नि:श्वास सोडला. बैलगाडी चालू लागली. नदी पार करून गाडी रस्त्याला लागली. लछ्मनने माँजींनी दिलेल्या वस्तूवरचा कागद सोडवला. गुलामअलीची कॅसेट होती. त्याचे डोळे एकदा भरून आले. त्याने टेपरेकॉर्डर सुरू केला,

'बाबूल मोरा नैहर छु तोही जाय...'

लछ्मनची गाडी वाट चालत होती. डोळे पाझरत होते.

पेटीतल्या कठपुतल्या आतल्या आत हेलकावत होत्या.

◆

घराची चौथी भिंत!

सारा लग्नमंडप कसा प्रसन्न वाटत होता. अगदी केवड्याचं कणीस. नुकतंच उकलावं तशी कोवळी, तरल हवा साऱ्या वातावरणात भरून राहिली होती. मंद सुरांमधली सनईची टेप, फुलांच्या माळांनी सजवलेला प्लॅटफॉर्म, तिथे उभे असलेले, सर्वांशी हसून बोलणारे मकरंद आणि अलका, माणसांची ये-जा, सुखाचं, आनंदाचं माप कसं शिगोशीग भरून वाहत होतं. नाना आणि नानी एका बाजूच्या कोचावर बसून समाधानाने आपला मुलगा मकरंद व लक्ष्मीसारखी सून अलका यांना बघत होते. आयुष्यभर केलेल्या कष्टांना सुरेख फळ आलं होतं. पोटाला चिमटे घेऊन चार पैसे बाजूला टाकत त्यांनी मकरंदचं - त्यांच्या एकुलत्या एका मुलाचं शिक्षण पूर्ण केलं होतं. आज तो इंजिनीअर म्हणून एका चांगल्या कंपनीत काम करीत होता. नाना सेवानिवृत्त झाले होते. एका लहानशा टुमदार घराचं नुकतंच बांधकाम झालं होतं. त्या नव्या वास्तूतच, आज लक्ष्मीची पावलं उमटणार होती. नाना-नानींचं मन आनंदाने भरून आलं होतं.

"कित्ती सांगितलं आक्कांना, पण लग्नाचा थाट मोठाच केला." नानी तक्रारीच्या स्वरात म्हणाल्या. आक्का! अलकाच्या आई, नानींच्या विहीण, मांडवामधून फिरत होत्या. त्यांच्याकडे बघत नाना कौतुकाने म्हणाले, "अगं, आक्का आहेत त्या. त्या कुणाचं ऐकणार थोड्याच?" आक्का समाधानाने साऱ्यांची चौकशी करीत होत्या, हवं नको बघत होत्या. आज अलकाचं, आक्कांच्या धाकट्या लेकीचं लग्न होतं. मोठ्या अरूचं लग्न दोन वर्षांपूर्वीच झालं होतं. आज अलकाचं. आज आक्का

अत्यंत समाधानात होत्या. पतिनिधनानंतरच्या साऱ्या कष्टांना आज फळ आलं होतं. आक्कांचे कष्ट वाया गेले नव्हते. वैधव्यदशेतही ताठ कण्याने त्या उभ्या राहिल्या होत्या. दोघी मुलींना कष्टाने वाढवलं होतं. शिक्षण दिलं होतं. अरूचा नवरा डॉक्टर होता आणि आज नाना-नानींचा एकुलता एक मुलगा मकरंद, आक्कांचा दुसरा जावई आला होता. त्याच गावात दोघींना चांगली घरं मिळाली होती. बबलूला - नातवाला उचलून, आक्कांना धाप लागली होती. त्याला कुणाच्या तरी हाती सोपवून आक्का नाना-नानी बसले होते तिथे जात होत्या. जाता जाता अनेक ओळखीची माणसं भेटत होती, आक्कांनी प्रेमाने जोडलेली. कुणाच्या घरच्या लग्नकार्यात, तर कुणाच्या बाळंतपणात आक्का अडीनडीला, रात्री-अपरात्री धावायच्या. त्या साऱ्या घरांशी आक्कांचे ऋणानुबंध जोडलेले होते.

"आक्का, कष्टाचं सार्थक झालं हो."

"नशीब काढलंन् दोन्ही मुलींनी."

"एक जावई डॉक्टर, दुसरा इंजिनीअर."

"असे मुलगे शोधून मिळणार नाहीत."

सारे बोलत होते. आक्कांना थांबवून कुणी कापड, कुणी साडीची घडी, कुणी एखादे पाकीट अगत्याने हाती देत होते. आक्कांच्या घरचं शेवटचं कार्य होतं, त्यांनी संकटात केलेली धावपळ कुणीच विसरलं नव्हतं. नाना-नानींच्या शेजारीच आक्का कोचावर बसून सारा सोहळा भरल्या नजरेने बघत होत्या. नववधूच्या वेषामधल्या अलकाकडे बघून, त्यांना हुंदका फुटला. नानींनी त्यांना सावरलं.

"आक्का, इतकं सारं धीरानं निभावून नेलंत. हा तर आनंदाचा प्रसंग आणि अलका दूर थोडीच जाते आहे? तुमचं घर आणि आमचं घर एकच आहे." नाना म्हणाले.

"खरंतर आक्का, आता तुम्हीच या आमच्याकडे राहायला. आहे त्या घरावरच दोन खोल्या बांधून घेऊ आणि राहू आपण तिघं जण! अलका, मकरंदच्या संसारात." नानी म्हणाल्या. त्यांच्या बोलण्याने आक्कांना भरून आलं. त्या म्हणाल्या, "मला दु:खाचीच सवय झालीय नानी. सुख प्रथमच अनुभवतेय. आता माझं काय? दोघी लेकींचं माहेरपण करत, नातवंडांत उरलेले दिवस सहज निघतील. आज मी तृप्त आहे. गजाननाने सारं भरभरून दिलं हो. मला काळजी वाटते फक्त अरूची. बबलूच्या जन्मानंतर कशी वाळलीय पाहा तरी... एवढीशी मुलगी आणि ब्लड प्रेशरचा आजार. तरी बरं, जावई डॉक्टर आहेत."

लग्नमंडपाच्या प्रवेशद्वाराशीच उभ्या असणाऱ्या थोरल्या लेकीकडे आणि जावयाकडे बघत आक्का म्हणाल्या. आणि ते खरंच होतं. लग्नाच्या वेळी भरल्या कणसासारखी असणारी अरू, बबलूच्या जन्मानंतर पार चिपाडासारखी झाली होती.

बबलू आता दोन वर्षांचा झाला होता. या दोन वर्षांत अरूची प्रकृती आणखीनच खालावली होती. थोडाही ताण तिला सोसवत नव्हता. अनिकेत, तिचा नवरा डॉक्टर होता. तो तिची काळजी घेत होता. पण आक्कांचं मन काठीसारख्या सुकलेल्या अरूला बघून नेहमी धास्तावून जायचं. आतासुद्धा कोचावर नाना-नानी-शेजारी बसून त्या अरू आणि अनिकेतला पाहत होत्या. पांढऱ्या सुटामधला अनिकेत किती रुबाबदार दिसत होता. अरू मात्र आज दिवसभर झालेल्या श्रमाने पार मलूल झाली होती. आक्कांचं मन विचार करीत होतं.

'सारं सुखाचं माप भरून ओसंडून वाहतं आहे, तरी काळजीचा एक भुंगा मनाला पोखरतो आहेच! सुखाची सवयच नाही. भरून वाहणाऱ्या सुखाला लागलेली दुःखाची एवढीशी किनारच गडद वाटते आहे, असं का?'

मनोमन त्यांनी गजाननाला हात जोडले. "विघ्नहर्त्या, तुलाच रे बाबा काळजी! आता आणखीन काही अनिष्ट नको दाखवूस! सुखाने भरलेल्या आजच्या या क्षणाला, दृष्ट लावू नकोस. कृपा कर आमच्यावर!"

सारं इष्ट तेच घडत असताना, अनिष्टाची आठवण का यावी? आक्कांनी ते दुष्ट विचार बाजूला सारले आणि त्या उत्साहित मनाने नाना-नानीशी बोलू लागल्या.

आक्कांना उत्साह वाटावा अशीच त्यानंतरची दोन वर्षं सरली. अलकाचे सणवार, मंगळागौरी, डोहाळेजेवण, बाळंतपण आणि आता पिंकीत पूर्ण गुंतलेल्या आक्का! त्यांना उसंतच नव्हती इतर काही बघायला. अरू अलकाच्या घरामधून ये-जा करताना बबलू, पिंकीच्या कौतुकात हरवताना, त्यांना दिवस पुरत नसायचा. त्यांच्या पावलांत दहा हत्तींचं बळ आलं होतं.

संध्याकाळची वेळ होती. बबलूला हाताशी धरून आक्का अलकाच्या घरी निघाल्या होत्या. थोडा वेळ बबलू, पिंकी खेळायचे. त्यानंतर पिंकी, अलका आणि मकरंद स्कूटरवरून फिरायला जात असत. ते बाहेर पडले की, आक्का बबलूला अरूच्या स्वाधीन करून आपल्या घरी येत असत. त्यांच्या बरोबरीच्या बायका, या वेळी देवळात कथा-कीर्तनाला जात असत. पण आक्का मात्र दोन लेकींचे संसार, नातवंडं यांच्यात रमून गेलेल्या असत.

अलकाचं घर दिसलं, तसा बबलूने आक्कांचा हात सोडला आणि तो पळत सुटला. घराच्या फाटकातच अलका, नानी, पिंकी उभ्या होत्या. फॅक्टरीमधून येणाऱ्या मकरंदची त्या वाट बघत होत्या.

"का गं? आज अगदी फाटकातशी उभी?"

"अगं, हे अजून आलेच नाहीत. एक तास उशीर झाला आज." अलका

काळजीने म्हणाली.

"येतील गं! फॅक्टरीत काही काम असेल. अशा कशा तुम्ही गं?" आक्का कौतुकाने म्हणाल्या. पिंकी, बबलू खेळत होते. आक्का, नानी, अलका बोलत उभ्या होत्या. तिन्हीसांजेचा रंग काळवंडून निघाला, तशा त्या तिघींचे चेहरे पण उतरून गेले. मनातून त्या घाबरून गेल्या.

"नानाही वाचनालयात गेले आहेत. फोन तरी केला असता." अलका म्हणाली.

थोड्या वेळाने दोन-तीन माणसं सायकली, लूनावरून त्यांच्या घरापाशी आली.

"परांजपे इथे राहतात ना?" त्यांनी विचारलं.

"हो. काय हवंय?" त्या तिघींनी विचारलं.

"घरात कुणी पुरुषमाणूस नाही?"

नाना येतच होते. त्यांना त्या तिघांनी बाजूला नेऊन काही सांगितलं. नाना गडबडीने तसेच त्यांच्याबरोबर गेले.

'येतो लगेच' असे म्हणून गेलेले नाना मध्यरात्रीपर्यंत आलेच नव्हते. बबलूला न्यायला आलेली अरू आणि आक्का, नानी, अलका साऱ्या जणीच जीव मुठीत धरून वाट बघत होत्या. वाट बघून मुलं झोपून गेली होती. मध्यरात्र व्हायला आली. रडून रडून अलका अर्धी झाली होती. अनिकेत या चौघींच्या सोबत बसून होता. इतक्यात गल्लीच्या तोंडाशी मोटारीचे दिवे दिसले. त्या चौघी बाहेर आल्या. दरवाजात अँब्युलन्स उभी होती. तिच्या मागं आणखी तीन-चार गाड्या थांबल्या होत्या. अँब्युलन्समधून स्ट्रेचर बाहेर काढत होते. स्ट्रेचरवर मकरंदचा मृतदेह शुभ्र कपड्यात गुंडाळून ठेवला होता. सारा चेहरा बँडेजने झाकला होता, तरी तो मकरंद होता हे ओळखले, तसा नानींनी हंबरडा फोडला. अलका रडायला लागली आणि स्ट्रेचर दिवाणखान्यात, जमिनीवर ठेवायच्या आतच एखादे फळ फांदीवरून टपकन खाली पडावे, तशी अरू जमिनीवर कोसळली. अनिकेत धावला, पण त्या दृश्याच्या धक्क्याने अरू जी कोसळली, ती उठलीच नाही. "हार्ट फेल!" अनिकेत म्हणाला. आपल्या पत्नीचे हृदय कमजोर झाले आहे, हे त्याला माहिती होते. पण या प्रसंगाची कल्पना येण्याआधीच अरू या जगामधून निघूनही गेली होती. स्वत: एक डॉक्टर असूनही त्याच्या डोळ्यांदेखत अरूला मृत्यूने ओढून नेलं होतं.

आक्का तारवटलेल्या नजरेने पाहत होत्या. मकरंद स्कूटर अपघाताने चेतनाहीन होऊन पडला होता. अलकाचं सौभाग्य हरवलं होतं.

आणि अरूच्या जाण्याने अनिकेतच्या संसाराचा खांब निखळून पडला होता. सुखाने नांदणाऱ्या दोन घरांमधल्या एका घरातून लेक गेली होती, तर दुसऱ्या घरातून जावई गेला होता.

नानांच्या घरातून दोन मृतदेह बाहेर निघाले होते. मकरंदच्या मागोमाग 'भावोजी, भावोजी' करणारी अरू जात होती. पोरक्या झालेल्या बबलू, पिंकीला पोटाशी घेऊन आक्का सारं बघत होत्या. नानांचा एकुलता एक मुलगा गेला होता. स्वत:ला सावरून ते कसेबसे सारं निभावत होते. अनिकेतला, नानींना धीर देत होते. अलका दीनवाणी होऊन, आक्कांच्या कुशीत शिरली होती.

"अरू, तिची लाडकी ताई अचानक गेली कशी? इतका वेळ तर ती अलकाला धीर देत होती. लहानपणी त्या दोघी छप्पा-पाणी खेळायच्या. अनेकदा अरूताई हातावर तुरी देऊन, अलकाच्या हातून निसटायची; पण आज तिने हुलकावणी दिली ती कायमचीच आणि मकरंद? त्याने तर जन्मजन्मांतरीची साथ देण्याचं वचन दिलं होतं. त्यानेही फसवावं?"

अलकाला कशाचाच अर्थ लागत नव्हता. आईविना पोरका बबलू अन् बाबांविना पोरकी पिंकी यांच्याकडे बघून अलकाला अनावर दु:ख होत होतं. काही तासांपूर्वी हसणाऱ्या, गाणाऱ्या जीवनावर भेसूर अवकळा पसरली होती.

या साऱ्या घटनांची संगती लागतच नव्हती. ताळमेळ बसत नव्हता. नियतीने आपली इतकी क्रूर चेष्टा का करावी? आक्का दिवसरात्र विचार करीत असत. त्यांची चाल मंदावली होती. हात काम करीत असत, पण त्याला गती नव्हती. सुसूत्रता नसे. सगळा जन्म एक व्रत समजून स्वीकारला होता.

तरुणवयात, दोन लेकी पोटाशी धरून निखाऱ्यावरून चालून झालं होतं. कधी तक्रार नव्हती. कधी अश्रू नव्हते की तडजोड, कष्टाची भीती नव्हती. तरीसुद्धा...

ओटीत पडलेलं फळ, असं अचानक झडप घालून न्यावं?

कोणत्या जन्मीचा हा वनवास?

आणि तो आपल्याच वाट्याला का यावा?

अरूचं मरण, असं उघड्या डोळ्यांनी पाहायला लागावं?

अलकाचं फटफटीत कपाळ...

हे सारं बघत, आता उरलेली वाट कशी संपायची?

आक्का या सर्व विचारांनी झोपू शकत नव्हत्या. रात्रंदिवस त्यांच्या मनात अखंड विचारांचं मोहोळ जागलेलं असायचं. दिवसभर त्या आपली कामं हळूहळू उरकत असत. संध्याकाळच्या वेळी छोट्या बबलूला घेऊन अलकाच्या घरी जात. रात्री अलका, अलकाच्या पुढ्यात पिंकी, बबलू आणि शेजारीच आक्का झोपत. बबलू त्या घरी जायचं नाव काढत नव्हता. पिंकी आणि पिंकीपाठोपाठ अलकाच्याच आगंमागं तो घुटमळत असायचा. अलकाचं रूपच पालटून गेलं होतं. तिचे हसरे डोळे तेज हरवून बसले होते. स्ट्रेचरवरून आत आणलेला मकरंद आणि त्या धक्क्याने कोसळणारी अरूताई, या दृश्याचीच तिने धास्ती घेतली होती. डोळे

मिटून घेतले तरी तो प्रसंग पाठलाग सोडत नसे. रात्र रात्रभरची तिची तळमळ आक्का बघत असायच्या.

अलका, पिंकी, बबलू यांच्या पलीकडे आडव्या झालेल्या आक्काही, एकटक छपराकडे बघत असायच्या. 'केव्हापासूनचा या घराच्या छपरावर मृत्यू दबा धरून बसला होता? या छपराच्या आधारानेच सारं घर कसं निश्चिंत उभं होतं. त्या छपराखाली विश्वासाने वावरणारे जीव, त्यांना कुठे माहिती होती, त्या मृत्यूच्या डावाची?

पण छपराच्या आधाराने विसावलेल्या शांत, निश्चिंत घरात संधी साधून मृत्यू छपरामधूनच अचानक खाली उतरला होता. स्कूटरवरून घरी परतणाऱ्या मकरंदला त्याने छपराखाली येऊच दिलं नव्हतं. वरच्या वर उचललं होतं. पाठोपाठ अरू! सोन्यासारख्या सजलेल्या दोन संसारांना मृत्यूने अवकळा आली होती. अलकाचं हसणंच संपलं होतं. तिकडे अनिकेत दवाखाना उघडतच नव्हता. स्वत: डॉक्टर असून, तो अरूला वाचवू शकला नव्हता.

आक्कांना नियतीच्या खेळाचा अर्थ लागत नव्हता, जन्मभर तिने जणू आक्कांशी उभा दावा मांडला होता. ती खेळवील तसं आक्कांचं जीवन फरफटत गेलं होतं. तिच्यासमोर आक्कांना नेहमीच हार पत्करावी लागली होती. प्राक्तन, नियती हे आक्कांना नेहमीच हतबल करून जात होतं. 'जीवन आपलं, कष्ट आपले, भोग आपले, पण ते जीवन नियतीच्या हातचं एक खेळणं का असावं? तिच्यासमोर माणसाने इतकं दीनवाणं का व्हावं? ती देईल तेच स्वीकारणं इतकंच माणसाच्या हाती का असावं? दुबळेपणा, अगतिकता, भोगवटा!'

आक्कांना या शब्दांचीच चीड आली होती. आजवर कष्टाने त्यांनी नियतीशी सामना केला होता. काळ्या कातळासारखी ती आक्कांच्या वाटेत अचानक उभी राहून पुढची वाटच बंद करून जाई. पण आक्का त्या कातळाला वळसा घालून वाट शोधून पुढं जात होत्या. आपल्याकडे खांद्यावर वाढणाऱ्या दोन्ही लेकींना त्यांनी कातळ ओलांडून सुखरूप जागी पोचवलं होतं. जरा समाधानाचा सुस्कारा सोडावा तोवर तो कातळच घरावर कोसळला होता. त्या जडशील कातळाखाली आक्कांचे पंचप्राण चिरडून गेले होते. न सोसणाऱ्या बेचैनीने आक्का उठल्या. अलकाला झोप लागली होती. एका तिरमिरीसरशी आक्का बाहेरच्या खोलीत आल्या. दोन भिंतींलगतच्या कॉटवर नाना, नानी आक्कांसारखेच तळमळत होते. आक्कांना बघून ते दोघं उठून बसले. तिसऱ्या भिंतीलगतच्या दिवाणावर आक्का बसल्या. तीन भिंतींशी टेकून थकलेले ते तीन जीव समोरच्या मोकळ्या, भकास, चौथ्या भिंतीकडे बघत होते. उदासवाणा रंग भिंतीवरून ओघळत होता. शून्यमनस्क असे ते तिघं जण त्या

उदास भिंतीआडचे भविष्य वाचण्याचा प्रयत्न करीत होते.

"काय होऊन बसलं हे आक्का!" नानींनी डोळ्याला पदर लावला. समोरच्या भिंतीवरची नजर न हलवता आक्का म्हणाल्या, "रडू नका नानी. झालं गेलं गंगेला मिळालं. अरूचं जाणं, मकरंदाचं जाणं आता भूतकाळात जमा धरा."

"कसं विसरायचं?" नानी म्हणाल्या.

"विसरायचं नाहीच. विसरण्यासारखा घाव नाहीच. पण नानी, आपण वर्तमानकाळात उभ्या आहोत. जरा भविष्यकाळाचा विचार करा." आक्का म्हणाल्या.

"कसलं भविष्य आणि कसलं काय." नानी म्हणाल्या.

"नाही नानी, आपलं भविष्य नव्हे, या चार मुलांचं भविष्य."

"चार मुलं?" नानींनी विचारलं.

"हो. बबलू, पिंकी, अलका आणि अनिकेत. जो माझ्या मुलीच्या जाण्याने खचून गेला आहे, तो आपला मुलगाच नव्हे?" आक्का म्हणाल्या.

"हे पाहा आक्का, अलकाला काही कमी पडणार नाही. हे घर आहे. बँकेत पैसे आहेत. आपण आहोत. तिला कष्ट करायला लागणार नाहीत." नाना म्हणाले.

"नाना, प्रश्न पैशाचा नाही. माझं जे काही आहे तेपण आता अलकाचंच आहे. तुम्ही म्हणालात नाना, की आपण आहोत. आपण? आपण आहोत गळून पडायला आलेली तीन पानं. मृत्यूची इतकी क्रूर चेष्टा बघूनही तुम्ही म्हणता आपण आहोत? आपला काय भरवसा? आपल्या पाठीमागं उरेल हे घर, पैसा, दोन मुलं आणि एक तरुण विधवा मुलगी. आजूबाजूच्या समाजाला या मुलीने असं निवांत जगणं बघवणार नाही. कुणी स्वाभिमानाने जगत असेल, कुणी शूचिर्भूतपणाने जगत असेल, तरी समाजाला आवडत नसतं. त्यांना वाटतं, तिने रडावं, दयेची भीक मागावी, अनाथ असावं...

नाना, या सर्वांमधून मी गेले आहे, फार विदारक असतं ते जगणं... तसं जगणं अलकाच्या वाटणीला येऊ नये असं वाटतं मला." आक्का म्हणाल्या.

"पण... पण, आपण काय करू शकतो?" नाना हताश सुरात म्हणाले.

"का नाना? आपण मनात आणलं तर या चौथ्या रिकाम्या भिंतीवर भविष्याचं एक सुरेख चित्र उमटवू शकतो." आक्का निर्धाराने म्हणाल्या.

"काय म्हणायचं आहे तुम्हाला आक्का?" नाना दचकून म्हणाले.

"नाना, थोडी हिंमत धरा. समाजाला घाबरू नका. आपण तिघं एक असू, तर समाजच घाबरेल उद्या आपल्याला आणि समजा, दिलीच दूषणं समाजाने तरी काय देणं न् घेणं कुणाचं? मुलं आपली, जीवन आपलं, निर्णयही आपलेच असणार ना?"

"आक्का?" नाना-नानी एकदम म्हणाले.

"होय. जे तुमच्या मनात आहे, पण उच्चारण्याचं धाडस नाही, तेच मी सांगतेय. अलका-अनिकेतचा संसार उभा करून देऊ आपण. नातं अवघड आहे खरं. तशी सारीच नाती अवघड असतात. पण ती नाती समजुतीने जपता येतातच ना? पिंकी, बबलूसाठी, अलकासाठी आणि अनिकेतसाठीही हाच निर्णय योग्य ठरेल. भवितव्य असं रिकाम्या भिंतीसारखंच असतं नानी. आपण त्यावर निर्धाराने रंग उमटवायचे असतात."

आक्कांचं बोलणं, अलका खोलीच्या दारात उभी राहून ऐकत होती. तिला बघून आक्का म्हणाल्या, "ये अलका. बरं झालं तू ऐकलंस. कसं सांगावं हा प्रश्नच होता."

अलका आक्कांच्या मांडीवर डोकं ठेवून रडत होती. तिच्या केसांवरून हात फिरवणाऱ्या आक्कांचे अश्रू अलकाच्या माथ्यावर अभिषेक करीत होते. रडण्याचा आवेग ओसरून गेल्यानंतर आक्का सावकाशपणे अलकाला म्हणाल्या, "तू समजूतदार आहेस अलका. समजुतीने काही निर्णय घेशील तर आपण सारेच एका वेगळ्या जीवनाला सुरुवात करू. नियती असंच खेळवत असते माणसाला; पण आपण धीराने मार्ग काढायचा असतो. अवघड आहे, पण जमलं पाहिजे. आम्हां तीन म्हाताऱ्यांसाठी, त्या दोन निरागस मुलांसाठी आणि अनिकेतसाठीसुद्धा. करशील एवढं? हे घडलं की आम्ही तिघंही निश्चिंत होऊ."

अलका नि:स्तब्धपणे खाली मान घालून विचार करीत होती. आक्कांना, हलके वाटले.

"नाना, उद्या सकाळीच अनिकेतला बोलावून आणा."

"उद्या? आक्का, पहाट झालीये." नाना म्हणाले.

"होय नाना. काळीकुट्ट रात्र संपून गेलीय. खरंच पहाट झालीये. आत्ता या खिडकीतून कोवळी उन्हं आत येतील. हा भिंतींचा उदासवाणा रंग निघून जाईल. कोवळ्या प्रकाशाने या घराची चौथी भिंत पुन्हा उजळेल. ते दृश्य किती देखणं असेल!" आक्का बोलत होत्या. त्या चौघांची नजर समोरच्या भिंतीवर खिळली होती.

"नानी, उद्यापासून झोपून राहायचं नाही बरं. या घरात लहानसं का असेना, एक कार्य उरकायचं आहे!" आक्का उत्साहाने म्हणाल्या. त्यांच्यासमोरचा काळाकभिन्न कातळ त्यांनी पुन्हा एकवार हलवला होता. नियतीशी सामना केला होता.

◆

सागर

मुंबईमधली संध्याकाळ. ऑफिस सुटून सारे रस्ते माणसांनी दुथडी भरून वाहायला लागले. बसेस, टॅक्सीज, मोटारी, स्कूटर्स सारे सुसाट धावत होते. त्या गर्दीला एक वेग होता. सर्वांनाच एक घाई होती. प्रत्येक जण कुठेतरी मुक्काम करणार होता. ठिकाणावर पोचण्यासाठी धडपडत होता. ठिकाण जागेवर आहे, या विश्वासावर तर ज्याने त्याने सकाळी घर सोडलं होतं. दिवसभर कष्ट केले होते. चोचीत चिमणचारा घेऊन पिलांकडे झेप घेणाऱ्या पक्ष्यागत जो तो घराकडे धावत होता. त्या ओढीत आतुरता होती, ओढ होती, थकवाही होता.

ओढ नव्हती फक्त शिवनाथांना. त्यांची निळी फियाट मरीन लाइन्सच्या दिशेने धावत होती. घरी जाण्याची ओढ शिवनाथांना नव्हती.

'घर? घर कशाला म्हणायचं? सजवलेल्या भिंती, चौकटी, पडदे, गालिचे? छे! ते तर घराचं अचेतन चित्र असतं. उत्कृष्ट सजावटीचं एक शिल्प! त्या घरात पत्नी हवी, मुलं असावीत. ज्याचं सारंच हरवलं त्याला ते घर ओढ कशी लावणार?' सारं संपलं होतं. सारंच संपून गेलं होतं. शिवनाथांना कशातच रस नव्हता. रस्त्याच्या कडेनेच सळसळणाऱ्या सागराचं फक्त वेड बॅरिस्टर शिवनाथांना उरलं होतं. फक्त त्या सागराची ओढ! तो सागर फक्त त्यांना आपला वाटत असे.

सागराला उधाण आलं होतं. आवेगाने तो किनाऱ्याला धडकत होता. भरती आली होती. शिवनाथ लाटांचं ते तांडव बघत होते. 'भरतीनंतर ओहोटी हे ज्याला पूर्ण समजतं... तो मग सुख-दुःखाच्या पलीकडे जाऊन सारे आघात सोसू शकतो.

आपण तसेच झालोय का? की झालेल्या आघातांनी मनच गारठलंय? आजवर एक अश्रूही पापणीतून बाहेर आला नाही. असं का व्हावं? सागराच्या एका प्रचंड लाटेने होडी कलंडून गेली, होडीतले दोन जीव हरवून गेले. आपण एकटे उरलो. त्या भयानक वादळाशी सामना देतो आहोत. एकटेपणाच्या आगीत जळतो आहोत, घुसमटत आहोत... पण... पण कधी हुंदका फुटला नाही. का? का असं व्हावं? हा आत साचलेला हुंदक्यांचा सागर आतल्या आत मला संपवून टाकणार का? नाहीतरी जगण्यासारखं काय उरलं होतं?' विचार करीत करीत शिवनाथ गाडीमधून उतरून समुद्रकिनाऱ्यालगत बाकावर बसले.

एक प्रचंड लाट कठड्यावर कोसळली. तिचे तुषार साऱ्या फुटपाथवर पसरले. सारा फुटपाथ ओला झाला. शिवनाथांच्या अंगावर, चेहऱ्यावर ते खारट थेंब उडाले. बाकावर बसलेल्या शिवनाथांनी आपल्या गालांवरून हात फिरवला. हाताला सागरथेंबांचा स्पर्श झाला. त्या स्पर्शाने शिवनाथांना बरं वाटलं. याच सागरात त्यांचा लाडका संजू विसावला होता. याच सागराने त्याला पोटात घेतलं होतं.

संजू... शिवनाथांचा लाडका मुलगा. शिवनाथांचाच का? उल्काचाही लाडका... म्हणून तर संजूच्या जाण्याने ती तडकाफडकी फुटून गेली. या सागरलाटेसारखी... त्या खाऱ्या पाण्यातच संजूचा देह मिसळला होता, म्हणून तर ते थेंब, त्या लाटा, तो सागर जवळचा वाटत होता. त्याच्याशिवाय दुसरं होतंच कोण आता? लहानपणापासून ते आजवर या सागराच्या साक्षीनेच सारं जीवन घडलं होतं. बालपणी वेंगुर्ल्याला पाहिलेला सागर... इवल्याशा डोळ्यांत न मावणारा. बॅरिस्टर होऊन, मुंबईतला आलिशान फ्लॅट तयार होईपर्यंतची प्रत्येक घटना या सागरानेच तर बघितली होती. तेव्हापासून ते आजवर, शिवनाथ याच बाकावर येऊन बसत. तो निळा, अथांग, धडाडणारा, फेसाळणारा सागर नजरेत साठवत असत.

मुंबईत शिक्षण घेण्यासाठी म्हणून ते आले, तेव्हा वेंगुर्ल्याची आठवण आली की ते या सागरकिनाऱ्यावरच येऊन बसत. त्या खळाळणाऱ्या लाटा त्यांना वेंगुर्ल्याची आठवण होऊ देत नसत.

बॅरिस्टर झाल्याचा आनंद या सागरालाच त्यांनी प्रथम येऊन सांगितला होता. उल्काला लग्नाची मागणी याच बाकावर बसून त्यांनी घातली होती. सागरलाटांच्या साक्षीनेच तर तिचा होकार धडधडत्या काळजात साठवला होता. छोट्या संजूला घेऊन, उल्कासोबत अनेक संध्याकाळी त्यांनी या बाकावरच घालवल्या होत्या. त्यांच्या जीवनाशी अतूट असं नातं जोडून राहिलेला हा सागर... हा सागर, त्या किनाऱ्यावरचा हा शिवनाथ बसलेला बाक आणि त्याच्या जोडीला हजारो आठवणी... इतकंच तर आता उरलं होतं. त्यापूर्वीचं सारं सागराच्या न दिसणाऱ्या दुसऱ्या किनाऱ्यासारखं दूर... दूर गेलं होतं. दृष्टी पोचू नये अशा दूर अंतरावरून पूर्वीचं

जीवन खुणावत होतं. म्हणून तर ऑफिस सुटलं की, न चुकता शिवनाथांची फियाट अशी मरीन लाइन्सकडे वळत होती. बाजूला गाडी पार्क करून, दररोज ते या बाकावर येऊन बसत असत. काहीही न बोलता या सागराकडे ते तासन्तास बघत बसत. ते तसं न बोलता एकटक बघत बसणं, हेच शिवनाथांचं जीवन बनलं होतं.

एक लाट धडकत भिंतीवर आपटणार होती. तिच्या त्या शुभ्र फेसात मन गुंतणार तोच, 'बाबा, फुगा' हे शब्द ऐकून शिवनाथांनी मागं वळून बघितलं. एक चार वर्षांचा मुलगा आई-बाबांचं लक्ष फुग्याकडे वेधत होता.

संजू...

संजू... असंच करायचा. या बाकावर बसलं की संजू फुगे-पिपाण्यांत असाच हरवायचा आणि उल्का त्या सागरलाटांचा फेर बघण्यात हरवून जायची अन् भरल्या डोळ्यांत त्या दोघांना साठवण्यात शिवनाथ हरवून जायचे.

आता... आता... ते साऱ्या आठवणींत हरवून गेले होते.

जुईच्या फुलांचा मंद वास नाकाला स्पर्शून गेला...

"अहो, अहो... तो पाहा गजरेवाला चाललाय. अहो बोलवा ना त्याला?" अन् भरदार केसांच्या अंबाड्यावर जुईचा गजरा, निमुळती, उंच मान, गौर वर्ण, गोल चेहरा, वाऱ्यावर उडणारे ते कुरळे केस... पदर सावरणारे गौर हात... उल्का... उल्का... 'साब, गजरा' गजरेवाला उभा होता. त्याच्या हातात गजरा होता. शिवनाथांनी गजरा घेतला. पैसे देण्यासाठी त्यांनी खिशात हात घातला.

"नाही साहेब, पैसे देऊ नका. हां, गजरा मी रोज देतो. देवीला दिला असं समजतो. बाईसाहेब देवता होत्या, देवता! इतक्या पोरी, बाया इथे येतात, अंगावर पैसे फेकतात, गजरा घेऊन चालायला लागतात. एक बाईसाहेब होत्या ज्या माझी, माझ्या पोराबाळांची चौकशी करायच्या. सगळ्या जगाची त्यांना काळजी." गजरेवाला बोलता-बोलता दूर जात होता.

काळजी? माझी काळजी असती तर मला असं एकटं टाकून का गेली? तिला कसं वाटलं नाही की, मी एकटा जगू शकणार नाही? संजू गेला. उल्का गेली.

आता उरलेली वाट एकट्याने संपवायची. एकट्याने, कशी संपवायची?

एक लाट धाडकन भिंतीवर आदळली.

"साहेब, चणे घ्या." चणेवाला गरम चण्याची पुडी बांधत होता... हे पण रोजचंच होतं.

"साहेब, असं किती दिवस दुःख करणार आहात? जलाम आनि मरान आपल्या हातात नसतं. देव मोठा अजब खेळीचा हाय बगा. मानसाला तेनं समदं दिलं पन जलाम-मरनाची दोरी मातूर सोताच्या हातातच ठेवली. बाईसाब गेल्या, संजूबाबा गेला. समदा तेचा खेळ!"

शिवनाथ सारं ऐकत होते. हा सागर, हा बाक, तो फुगेवाला, फुलवाला, चणेवाला... हेच तर आता त्यांचं कुटुंब बनलं होतं. त्या सर्वांनाच तो आघात जाणवला होता. एक फुललेला संसार आणि कोसळता संसार त्या अडाणी माणसांनी पाहिला होता. ती माणसं कळवळली होती.

"साहेब, एक गोष्ट सांगू? अडानी म्हना, श्येना म्हना, पन् असं एकटं ऱ्हावू नगासा. किती लांबचा जलाम हाय, त्ये एक त्येलाच ठावं. लगीन करा साहेब. एकदा मांडलेला ख्योळ पुन्हा मांडा, नाहीतर खुळ्यागत होईल. तुमास्नी असं येकलं बगून जीव लई कळवळतोय."

चण्याची टोपली डोकीवर घेत पाठमोरा वळून, बडबडत चणेवाला निघून गेला.

"दुसरा डाव?" शिवनाथ खिन्न हसले. कितीतरी मित्रांनी हा सल्ला दिला होता. कितीतरी वधूपिते तयार होते.

दुसरा डाव! डाव मांडता येईल, पण पहिला डाव अर्ध्यावर का मोडला त्याचं उत्तर मिळत नसताना...

दुसरा डाव कशासाठी मांडायचा?

ज्या डावाचं उत्तर पूर्णपणे कधी मिळणारच नाही, तो डाव हवाच कशाला? आहे हे ठीक आहे. या सागरलाटांचा खेळ. उंच व्हायचं. आभाळाच्या ओढीने आणि भिंतीवर आपटून, पुन्हा पाण्यात शिरायचं. किती निरर्थक आहे हे सारं? जीवनासारखं.

शिवनाथ सागरलाटांकडे पाहत होते.

'डाव? डाव मांडता येईल, पण त्यात जीवनावर भरभरून प्रेम करणारी उल्का नसेल. सागराच्या पाठीवर स्वार होण्याची स्वप्नं बघणारा संजू नसेल. आनंद नसेल. वठलेल्या झाडाला पालवी फुटते म्हणे. पण झाडं मुळापासूनच कोरडी झाली तर पालवी फुटणार कशी? या वेड्यांना समजत कसं नाही? की भावनाच मरून गेल्या की कोंब कसे फुटणार?'

सूर्यबिंब लालबुंद होऊन पाण्यात उतरत होतं. खळाळत्या सागराच्या पोटात तप्त सूर्य विरत होता.

'संजू! संजूही असाच विरून गेला सागरात.' या विचाराने कासावीस होऊन शिवनाथ उठले. घरी जायलाच हवं. त्यांची नजर अभावितपणाने त्यांच्यापासून थोड्याच अंतरावर कठड्यावर बसलेल्या एका तरुणाकडे गेली. तोही त्यांच्याकडेच बघत होता.

'संजू? हो, संजूच होता तो.' तशीच अंगलट, तो उभा चेहरा, रुंद खांदे, बसण्याची पद्धत, बघण्याची तऱ्हा, सारं तेच. फक्त त्याला दाढी होती. सरदारी फेटा डोकीवर होता.

शिवनाथ रोखून बघतात, ते बघून त्यानं चटकन डोळ्यांवर गॉगल चढवला अन् गर्दीत मिसळून गेला. झपाझप पावलं टाकत तो पाठमोरा झाला होता.

'तो संजू कसा असेल? आपल्याला वेड तर लागणार नाही ना? एकटं राहून राहून आपण वेडं तर होणार नाही ना? या आठवणी खाऊन, गिळून टाकणार एक दिवस!'

'आठवणींचा हा सागर प्रत्येक क्षणी असा उसळत असतो... सतत.

'जीव कसा गुदमरून जातो. घाबरून जातं मन. कसं निभावणार हे उरलेलं आयुष्य?'

शिवनाथांनी गाडी सुरू केली. फेसाळता सागर कडेने सोबत करीत होता. मनात विचारांचं तांडव सुरू होतं. संजूला खरंतर मीच या सागराचं वेड लावलं. लहानपणापासून त्याला वाटायचं की, या सागराच्या पाठीवर स्वार व्हावं आणि पलीकडचा तो सूर्याचा गोळा पकडून आणावा. त्याच्या कल्पनाच भन्नाट असत. लाटांचा सारा फेस त्याला बाटलीत गोळा करायचा असे. भलतेच हट्ट, भलतेच सोस असणारा तो मुलगा. त्याला आवरता आवरता उल्का आणि शिवनाथांना पुरेवाट होई.

आणि मरीन इंजिनीअर व्हायचा त्याचा निर्णय त्याने सांगितला, त्या दिवशी उल्काने रडून केवढा गोंधळ घातला!

"मी म्हणते, काय गरज आहे एकुलत्या एक पोराला असं परदेशी पाठवायची? बॅरिस्टर होऊ दे, इंजिनीअर, डॉक्टर, वकील होऊ दे. काहीही होऊ दे त्याला. पण माझं पोर मी बोटीवर वादळवाऱ्यात सोडणार नाही.''

"आई, डॉक्टर, वकील, इंजिनीअर तर सारेच होतात. तसाच मी झालो तर काय फरक पडणार आहे? आणखीन एखादा बंगला, मुंबईत किंवा हिलस्टेशनवर दोन बंगले. छे! मला थ्रिल हवंय. बोटीवरून फिरून सारं जग बघायचंय. त्या प्रवासामधली ती परकी गावं, ती परकी माणसं, घरं, ते नवं जग मला बघायचं आहे. मला मुंबईत बंदिस्त जगायचं नाही. घर ते ऑफिस एवढंच मर्यादित जग मला नको. मला समुद्रपार जायचंय... वादळवाऱ्यातून!''

त्यानंतर संजूनं कुणाचंच ऐकलं नाही. त्यानं अर्ज केला. प्रवेश मिळवला. कुठे वशिला लावावा लागलाच नाही. आपसूकच प्रवेश मिळाला. त्याचा उत्साह बघून शिवनाथच मग उल्काला म्हणाले,

"उल्का, त्याला पंख फुटलेत. तो आकाशातच झेप घेणार. किती दिवस आपल्या पंखांची ऊब त्याला पुरणार आहे? त्याच्या कलाने घे. त्याला जाऊ दे. त्याचं स्वप्न मोठं आहे. सारं फिरून झालं की शेवटी तो आपल्याजवळच परतणार आहे. सगळी मुलं असंच करतात. भरपूर पैसा कमावला की मग स्वतःचा धंदा सुरू

करतात. देश-परदेशाची कामं मिळतात. संजू कुठे जाणार आहे? समजून घे. त्याला नाराज करू नकोस.''

पण संजूच्या जाण्याने उल्का कोमेजली ती कोमेजलीच. तिचं हसणं, खळखळून वागणं, बोलणं सारं संपून गेलं होतं. रात्री-अपरात्री ती दचकून जागी व्हायची.

''मी इथे एअर-कन्डिशन्ड खोलीत आरामात झोपलेय आणि माझा संजू?'' तिचं रडणं सुरू व्हायचं.

संजूने पाठवलेले त्याचे बोटीवरचे फोटो तिने साऱ्या घरात लावले. खारा वारा संजूला मानवला होता. तो आणखीन भरदार झाला होता. रुबाबदार दिसत होता. त्याच्या फोटोकडे उल्का तासन्तास बघत बसे.

''बघ, त्या वातावरणात गेला म्हणून तर असा झाला. अगं, आपला मुलगा मरीन इंजिनीअर होणार आहे. भारताचा एक कर्तबगार, धडाडीचा इंजिनीअर! एखाद्या बोटीचा एक चीफ इंजिनीअर बनेल. आपले संस्कारच तसे आहेत.'' शिवनाथ उल्काला म्हणत.

''संजू घराण्याचं नाव उजळेल. दुसरं काय हवंय आपल्याला?''

पण उल्का गप्पच असे. तिचं मन अखंड धास्तावलेलंच असे.

गॅरेजमध्ये गाडी ठेवून शिवनाथांनी दाराच्या बेलचं बटण दाबलं. जानूने दरवाजा उघडला. समोरच्या भिंतीवर संजू, उल्काच्या फोटोंना निशिगंधाचे हार घातले होते. गजरेवाल्याचा गजरा शिवनाथांनी उल्काच्या फोटोसमोर ठेवला.

'बाईसाहेब म्हणजे देवता होत्या बघा, देवता.' गजरेवाल्याचे शब्द आठवले. ते एक टक उल्काला बघत होते. तिचे हसरे डोळे त्यांना बघत होते.

'उल्का, निदान तू साथ सोडायला नको होतीस!'

'साहेब, दुसरं लग्न करा. दुसरा खेळ मांडा.'

'हं, दुसरं लग्न! आणि मनातून काठोकाठ भरून वाहणाऱ्या या उल्का, संजूच्या आठवणींचं काय करायचं?'

कपडे बदलून शिवनाथ आरामखुर्चीवर विसावले. जानूने घरात धूप घातला होता. छोट्या टीपॉयवर व्हिस्कीची बाटली, सोडा, बर्फ, ग्लास सारं तयार ठेवलं होतं.

समोरच भला थोरला अकाई टेपरेकॉर्डर होता. त्यांनी बटण दाबलं.

'शुभं करोति कल्याणम्'

'रामाय रामभद्राय...' संजूचे बोबडे बोल ऐकू येत होते. त्यांनी तो आवाज बंद केला. संजूवर चांगले संस्कार व्हावेत म्हणून उल्काने सतत प्रयत्न केले होते. रामरक्षा परवचा... साऱ्या टेप्स भरून संजूचा आवाज होता. फक्त संजू नव्हता.

हा भला मोठा टेप-डेक सी मेलने आला होता. संजू गेल्यानंतर आला होता. पाठवणाऱ्याचं नाव कळवलं नव्हतं. कुणी पाठवला असेल?

'डॅडी, आपण मोठा स्टिरिओ घ्यायचा. मोठे स्पीकर्स लावायचे. घर कसं आवाजाने भरून जायला हवं. मग ते झांज-म्युझिक असो की तुमचे कुमारजी असोत.' संजू म्हणायचा.

आज सारं संपलं होतं. सारं घर शांत झालं होतं. मनात फक्त आठवणींचा सागर धडधडत असायचा.

व्हिस्कीचा एक घोट घेतला तोच टेलिफोनची घंटा खणाणली. शिवनाथ दचकले. रिसीव्हर उचलला. पलीकडून कुणीच बोलत नव्हतं. काल पण असंच झालं.

शिवनाथांना आठवलं.

त्या रात्री टेलिफोनची बेल अशीच खणाणली होती. संजूच्या आठवणीत रंगून गेलेल्या उल्का आणि शिवनाथांचा नुकताच डोळा लागत होता. शिवनाथ दचकून जागे झाले होते...

या वेळी कुणाचा फोन असेल?

फोन धरलेला हात थरथरत होता. जे ऐकलं ते भयानक होतं.

"व्हॉट? खरं... नीट चौकशी केलीत ना? अहो, असं कसं होईल? तो पट्टीचा पोहणारा होता."

"सॉरी सर, शोध जारी आहे. स्टिल, आशा आहे, बट ॲट प्रेझेंट संजय मेहेंदळे इज मिसिंग. सॉरी."

"पण... पण... असं कसं झालं?"

"सर, फ्रान्सच्या किनाऱ्याला बोट लागली होती. तिथे पोहायचं नाही अशी सक्त ताकीद दिली होती साऱ्या ट्रेनीजना. पण तीन मुलं समुद्रात उतरली आणि... आणि या क्षणापर्यंत त्यांचा शोध लागत नाहीये. पुढची बातमी मी लवकरच कळवतो. चीअर अप. धीर सोडू नका." पलीकडचा आवाज बंद झाला होता.

आणि इकडे सारं ऐकणारी उल्का गालिच्यावर कोसळली, ती पुन्हा उठलीच नव्हती. तिचा आवाज बंद झाला होता. डोळे तारवटलेले होते. ते आपल्या हातांनी शिवनाथांनी बंद केले तेव्हा दोन अश्रू मात्र गालांवर टपकले होते. शिवनाथांना ते पण भाग्य लाभलं नव्हतं. त्या दिवसापासून ते आजवर... ते असेच गारठून गेले होते. खूप मोठ्याने रडून मोकळं व्हावं असं त्यांना वाटे. मनाची घुसमट सोसवत नसे.

उल्का गेली... त्यानंतर संजूचे कपडे आले. सारे ऑफिसर्स, मित्र भेटून गेले. भरलेलं डिपॉझिट परत आलं. परत आला नव्हता - संजू अन् उल्का.

किती आशेने संजूला पाठवला होता. एकुलता एक मुलगा. तो मोठा होणार होता. त्याने चांगला नागरिक व्हावं म्हणून लहानपणापासून केवढे चांगले संस्कार केले होते! चांगली पुस्तकं वाचायला दिली होती. एखादा माळी लावलेल्या रोपाची जशी काळजी घेतो, त्याला कीड लागू नये म्हणून जपतो, खत, पाणी घालतो. पण देवाच्या मनात काय येतं ते देवच जाणे. एका वादळतडाख्याने ते तरारून उभारलेलं रोपच तो उन्मळून टाकतो.

तो असं का करतो? उन्मळूनच जायचं होतं तर ते रोप त्याने जगवलंच का?

शेवटी या साऱ्यांचा अर्थ तरी काय? हे लागेबांधे? हा दुरावा, कशालाच अर्थ नाही.

शिवनाथांनी व्हिस्कीचा एक घोट घेतला. बाजूच्या खिडकीच्या काचेवर कसला आवाज येतोय?

टक् टक् टक्... टक्...

शिवनाथांनी वळून बघितलं. तोच सरदारजीचा चेहरा खिडकीबाहेर दिसला. तो काचेवर बोटांनी आवाज करीत होता.

शिवनाथांनी खिडकी उघडली. त्यासरशी, उघड्या खिडकीतून उडी मारून तो आत आला. शिवनाथ मागं सरले. टेबलाच्या ड्रॉवरमधलं पिस्तूल काढणार, तोच त्याच्या रुंद पंज्यांचा स्पर्श त्यांच्या खांद्याला झाला.

"त्याची काही गरज नाही डॅडी, मला ओळखलं नाहीत? मी तुमचा संजू."

शिवनाथ वळले. संजू? त्यांचा डोळ्यांवर विश्वास बसेना. पण तो संजूच होता. त्यांच्या मिठीत कोसळला होता. रडत होता. मधेच उल्काच्या फोटोकडे बघत तो म्हणाला,

"डॅडी, डॅडी... डॅडी आईचं हे काय झालं?"

थोड्या वेळाने रडण्याच्या आवेगातून दोघंही सावरले. त्याला थोपटत, शांत करून शिवनाथांनी त्याला खुर्चीत बसवलं आणि शिवनाथ समोरच्या आरामखुर्चीत बसले. संजूकडे डोळे भरून ते बघत होते. गोरा रंग रापून गेला होता. सारा चेहरा दाढीने भरला होता. फक्त नाक आणि डोळे दिसत होते. त्या डोळ्यांतला बालिशपणा संपला होता. एक वेगळीच न समजणारी चमक त्या डोळ्यांत होती आणि डोकीवर तो फेटा...

"संजू, अरे हा काय अवतार झालाय तुझा? आणि... आणि तू जिवंत आहेस? कळवायचं नाहीस? तुझ्या जाण्याच्या वार्तेने तुझी आई गेली. तू कुठेतरी आहेस इतकं कळलं असतं तरी, त्या आशेवर तिने जीव तगवून धरला असता. कुठे होतास तू संजू?" शिवनाथ बोलताना थरथरत होते.

समोरच्या ग्लासमधला व्हिस्कीचा घोट घेऊन ग्लास खाली ठेवत संजू

म्हणाला, "सॉरी डॅड, बट आय नीड इट व्हेरी बॅडली. पहिली गोष्ट डॅडी... मी आता संजू मेहेंदळे नाही. मी सुजितसिंग."

"सुजितसिंग? संजू, अरे... अरे, नाव बदलून असा समोर कसा आलास? नाव बदलण्याची गरजच काय? अरे, तू तर आमचा एकुलता एक मुलगा ना?"

"घराणं, वंश, दिवा... ऑल हंबग डॅडी. माणसाला संकुचितच करणारं. मी ते सारं विसरलोय. माझं जग आता वेगळंच आहे. त्यात साहस आहे, प्रणय आहे, पैसा आहे, सारं हात जोडून समोर आहे. या क्षणी, मी जुनी चौकट मोडली. तुमचे ते संस्कार, संस्कृती, मोठमोठ्या शब्दांचं ओझं फेकलं आणि मोकळा झालो. नाऊ आय ॲम अ फ्री बर्ड. माझ्या जगात रंगच रंग आहेत. मी पूर्ण सुखी आहे. इंजिनीअर होऊन काय कमावणार होतो? त्यापेक्षा शतपटीने मी एका वर्षात श्रीमंत झालो. विमानाने देश-परदेश भटकत असतो. फाइव्ह-स्टार हॉटेलमध्ये उतरतो, सारी सुखं सामोरी असतात. लंडनला बंगला घेतलाय. मी तुम्हाला न्यायला आलोय. इथे कशाला असं रडवं जगत राहताय? शेवटी तुम्ही माझे वडील आहात. आय वुईल लूक आफ्टर यू. चला डॅडी, एन्जॉय लाइफ. गॉन इज गॉन."- उल्काच्या फोटोकडे बघत संजू उन्माद चढल्यासारखा बोलतच होता.

"स्टॉप इट." ऐकणं असह्य होऊन शिवनाथ म्हणाले.

संजूकडे रोखून बघत शिवनाथ म्हणाले,

"खरं सांग, तू संजू आहेस? माझा संजू असा असणार नाही. मी केलेले संस्कार असे वाया जाणार नाहीत."

"संस्कार? फरगेट इट. मी पण विसरून गेलोय, केव्हाच. केव्हा बरं? हं. थॉमस- डेव्हिड बोटीवर मित्र झाले. त्यांनी मला बदलवलं. संजूचा सुजितसिंग केला."

"काय केलं त्यांनी?" शिवनाथांनी विचारलं.

त्यांचा स्वत:वरचा विश्वास उडत चालला होता. एक भयानक अक्राळविक्राळ सत्य उघडं होऊन समोर बसलं होतं; पण शिवनाथांचा विश्वास बसत नव्हता.

"डॅडी, थॉमस- डेव्हिड ट्रेनीज नव्हते. ते एका मोठ्या स्मगलिंग कंपनीचे एजंट होते. त्यांनी मला बदलवलं. आपल्यात सामील करून घेतलं. फ्रान्सच्या किनाऱ्यावरच आम्ही गायब झालो. साऱ्यांना वाटलं बुडालो. फसले लेकाचे. त्यानंतर आम्ही पळालो. मी आता एका मोठ्या जगव्यापी स्मगलिंग कंपनीचा चीफ एजंट आहे. थॉमस डेव्हिड मागं पडले. मी चीफ बनलो. माझ्याइतकी सफाई कुणाच्याच कामात नाही, असं... असं... बॉस म्हणतात."

"बॉस? कोण आहे तुमचा बॉस?"

"ठाऊक नाही. आणि त्याची गरजही नाही. आपली गरज फायद्याशी. बॅगा

भरून माल द्यायचा; बॅगा भरून पैसा आणायचा. जास्ती चौकशी करायची नाही.''

सुजितसिंगने जवळची छोटी सुटकेस उघडली. गांजा, चरस, अफू, कोकेन आणि न समजणाऱ्या अनेक वस्तू बघून शिवनाथांचे डोळे विस्फारले.

''संजू, अरे हा पापाचा पैसा. ही एक एक वस्तू म्हणजे एक एक जळू आहे. हे स्मगलर्स देशाचं रक्त पिणारे जिवाणू आहेत. या पैशाचा तुला मोह पडला? अरे, एक दिवस या जळवा तुलाच संपवतील. काय कमी होतं आपल्याला? कशासाठी या मोहात अडकलास? बरं झालं, बरं झालं संजू, तुझी आई आज जिवंत नाही. तू बुडून मेलास या धक्क्याने ती गेली... आणि तू... तू या रौरव नरकात बुडालास हे बघायला मी जगलो.''

संजू मोठ्याने हसला. सिगरेट शिलगावत म्हणाला,

''डॅडी, फार खोट्या भ्रमात आहात तुम्ही. या स्मगलर्सना जळवा म्हणताय? पण या जळवांना रक्त कोण पुरवतंय? मंत्र्यापासून ते चौकीदारापर्यंत. ए-ग्रेड ऑफिसरांपासून ते नाक्यावरच्या पानवाल्यापर्यंत सारे यात सामील आहेत. सहज मिळणारा पैसा प्रत्येकाला हवाय. मग हे सदाचाराचे धडे आम्हा तरुणांनाच का? का आम्हीच ते जोखड पाळायचं? सत्ता, अधिकार, मान, प्रतिष्ठा मिळणारे जर संस्कृतीचा खून करतात तर आम्ही तरी कुणासाठी ते नीतिनियम पाळायचे? ब्लडी बास्टर्स... हिरवी नोट दाखवली की कुत्र्यासारखे लाळ गाळतात... मी... मी हे सारं अनुभवलंय... म्हणूनच असा बदलून गेलोय.''

''संजू, अरे सर्वांचं जाऊ दे. पण तू, माझा एकुलता एक मुलगा. तू या लाटेत वाहू नकोस. अरे, अजूनही या जगात धर्म आहे, संस्कार आहेत, सदाचार आहेत. मी... मी रोज अनुभव घेतोय. माझं ऐक, अजूनही वेळ गेली नाही. मागं फिर संजू. हा मार्ग सोडून परत ये. हा मार्ग विनाशाकडे नेणारा आहे.'' शिवनाथ त्याच्या जवळ जात म्हणाले.

''विनाश झाला, तर सर्वांचाच होणार आहे. तुमचं जग फार मर्यादित आहे. मी फार वेगळं जग पाहिलंय. 'धर्माला ग्लानी आली की प्रलय होतो' असं लहानपणी सांगत होता ना? तो प्रलयकाळ आला आहे... ते जाऊ दे. मला जास्त वेळ नाही. बोला, तुम्ही येताय माझ्याबरोबर? हे तिकीट लंडनचं.''

तो खाली वाकून बॅगेतून तिकीट काढत होता.

शिवनाथ वळले. त्यांनी फोनचे नंबर फिरवायला सुरुवात केली.

त्यांच्या पाठीशी सुजितसिंग उभा राहिला. पिस्तुलाच्या नळीचा थंडगार स्पर्श शिवनाथांच्या मणक्यांना झाला.

''कुणाला फोन करताय?'' करड्या आवाजात प्रश्न आला.

''पोलिसांना.''

"पोलीस? स्वतःच्या मुलाला पोलिसांच्या हाती देताय?"

शिवनाथ वळले. सुजितसिंगने पिस्तूल रोखलं होतं. बॅग सावरत सावधपणानं तो मागं सरकत होता. शिवनाथ पुढं येत होते.

"तू माझा मुलगा? माझा मुलगा मेला. मेला असतास बरं झालं असतं."

त्यांच्या हाताला धक्का देऊन सुजितसिंगने खिडकीतून बाहेर उडी मारली. अंधारात त्याच्या बुटांचा आवाज ऐकू येत येत नाहीसा झाला.

खिडकीची तावदानं थरथरत होती.

शिवनाथ गालिच्यावर पालथे पडून रडत होते.

बाहेर सागराला उधाण आलं होतं.

आणि साचलेल्या अश्रूंचा सागर बांध फोडून बाहेर उसळला होता.

त्या सागरलाटांत शिवनाथ घुसमटत होते... एकटेच!

आज खरंच संजू संपला होता. त्या धक्क्यानेच ते ऊर फुटून रडत होते. प्रथमच!

◆

माधवी देसाई यांच्या सिद्धहस्त लेखणीने चितारलेली उत्कृष्ट कलाकृती

कांचनगंगा

गेली सात तपं... हा आत्मा या शरीरात वस्ती करून होता. हे शरीर... आता थकलं होतं. ते किती वर्षं वापरायचं? नैहर झालं, म्हणून काय झालं? ज्या आत्म्याच्या उद्धारासाठी म्हणून हे शरीर लाभलं होतं, त्या शरीराची आता आसक्ती नव्हती, तर निवृत्ती होती. त्या भव्य सुरात आपला सूर मिळवण्याची आतुरता! तंबोरा झंकारत होता. बेगमचा आवाज कानावर पडत होता. *नैहर छूटो जाय—*

आता— मिटलेल्या डोळ्यांसमोर फक्त पांढराशुभ्र प्रकाश दिसत होता. एक निळं सरोवर- आणि त्यापलीकडलं हिमालयाचं बर्फाच्छादित शिखरही— एक उत्तुंग शिखर— कांचनगंगा! त्या शिखरावर ध्यानस्थ झालेला वालुकेश्वर माईला आज प्रथमच स्पष्ट दिसला. तो नजरेस दिसावा, म्हणूनच तर होतं ते वैराग्य!

कांचनाच्या पायघड्यांवरून चालणारं, अंजनीचं जीवन पार गंगेच्या प्रवाहापाशी पोचलं होतं. गंगेइतकंच पवित्र, विशाल. अंजनी स्वतःच बनली होती कांचनगंगा!

जिथे— फक्त— नादब्रह्म झंकारत होतं!